కరేపాకు

ఆచార్య మహాసముద్రం దేవకి

Karepaaku
కరేపాకు

By

Prof. Mahasamudram Devaki
First Edition:2019
Second Edition: June 2023

ISBN (Paperback): 978-81-963075-7-8

Published By
Kasturi Vijayam,
3-50, Main Road,
Dokiparru Village -521322
Krishna Dist., Andhra Pradesh, India.

Author
Prof. Mahasamudram Devaki
28-3-538-12,Sharada Nagar,
Ananthapuram - 515001
Ph: +919963295997,9441493777

Book Available
@
Amazon, flipkart, Google Play, ebooks, Rakuten and KOBO

Disclaimer: The authors are solely responsible for the thoughts and opinions expressed in their article. In no way, the editor/ publisher/printer is responsible for the content of the article.

అమ్మా నాన్నల స్థానంలో ఉండి

అన్ని బాధ్యతలను నిర్వహించిన

అక్క బావలకు

ప్రేమ పూర్వకంగా

దేవకి

విషయ సూచిక

పురుష సంబంధాల చిత్రికలు   i

కరేపాకు   1

జంతువు   9

పసుపు కుంకాలు   16

పాణి గ్రహణం   25

అహం   32

భేషజాలు   36

సంపద   46

ఊహకందని నిజం   54

ప్రసవ వేదన   61

హెచ్చుతగ్గులు   66

నైవేద్యం   72

దిద్దుబాటు   79

ఎంతెంత దూరం   85

కథల కామరాజు   93

పురుష సంబంధాల చిత్రికలు

– డా॥ వి. ఆర్. రాసాని

సాహిత్య సృజనలో పురుషుల కంటే స్త్రీలు ఏమీ వెనకబడిలేరు. తాళ్ళపాక తిమ్మక్క కాన్నుంచీ నేటి ఎం.ఆర్. అరుణకుమారి వరకు సాహిత్య కృషి చేస్తూనే ఉన్నారు. ముఖ్యంగా ఆధునిక సాహిత్యంలో మహిళా సృజనకారులు మొదటి నుంచీ ఎద్దుల బండి నీడ్చే జోడెద్దులాగా పురుషునితో సమానంగా సాహితీయాత్ర కొనసాగిస్తూనే ఉన్నారు. బండారు అచ్చమాంబ గురజాడ వారికంటే ముందే 'ధనత్రయోదశి' (1902) అనే కథ రాసింది. రాయలసీమలో మొదటి కథా రచయిత్రి కస్తూరి వెంకటసుబ్బమ్మ. ఈమె పురాణేతిహాసాల కథాసమాహారంతో 'కథామంజరి' (1926) అనే కథా సంపుటి ముద్రించారు. తెలుగులో బహుశా ఇదే మొదటి కథా సంపుటి. ఆమె తర్వాత పూండి చెల్లమ్మ వరకట్నం నేపథ్యంలో 'సీతాబాయి' (1927) కథను, డి. పాపమ్మ 'అత్తగారేదియో తెలిసి కొంటిరా' కథను రాశారు. ఈ మొదటి తరం రచయిత్రుల కథల్లో స్త్రీనే ప్రధాన వస్తువు. ఇందులో ఎక్కువ కథలు స్త్రీల సమస్యల చుట్టూ అల్లబడి స్త్రీ పురుష సంబంధాల విధానాన్ని తెలియజేసేవే.

ఈ కోవలోనే తెలుగులో ముప్పాళ్ళ రంగనాయకమ్మ, వాసిరెడ్డి సీతాదేవి, ఓల్గా, కుప్పిలి పద్మ, జయప్రభ, కొండేపూడి నిర్మల లాంటి ఎందరో స్త్రీలు మహిళా అభ్యుదయ దృక్పథంతోను, స్త్రీ వాదంతోను కథలు రాశారు. వీరందరి రచనల్లోను స్త్రీ పురుష సంబంధాలే ప్రధానాంశంగా కనిపిస్తాయి. అలా స్త్రీ పురుష సంబంధాల నేపథ్యంలో కథలు రాస్తున్నవారు ఆచార్య ఏం.కె. దేవకిగారు.

వీరు 7, జూలై 1951లో చిత్తూరు జిల్లాలోని ఓ కుగ్రామం వరిగపల్లిలో జన్మించారు. ఎం.ఏ., పిహెచ్.డిలు ఎస్వీ యూనివర్శిటీలో చేసి, శ్రీ కృష్ణదేవరాయ విశ్వవిద్యాలయములో అధ్యాపకురాలుగా చేరి, అక్కడే ఆచార్యులుగా ఉద్యోగ విరమణ చేశారు. దేవకిగారు గొప్ప అధ్యాపకురాలుగా, గొప్ప రచయిత్రిగా ఎందరో అంతేవాసులకి స్ఫూర్తి నిచ్చారు. తెలుగు పాఠకులకు వీరిని కొత్తగా పరిచయం చేయాల్సిన అవసరం లేదు. వీరు బాల సాహిత్యంలో చాలా కృషి చేశారు. తారంగం తారంగం, గోరు ముద్దలు, జాతి రత్నాల వంటి పుస్తకాలతో బాల సాహిత్యంలో తనకొక ప్రత్యేక స్థానాన్ని స్థిరపరచుకున్నారు. జాతిరత్నాలు హై స్కూల్లో విద్యార్థులకు పాఠ్యాంశంగాను ఉంది. ఇవేగాక 150 కి పైగా సాహిత్య వ్యాసాలను, మరికొన్ని విమర్శనా గ్రంథాలను వెలువరించారు. ముళ్ళదోవ మంటల ఒడిలో, ఇర్లచెంగి కథలు వంటి కథల సంపుటాలతో మంచి కథకురాలిగానూ పేరు తెచ్చుకున్నారు. ఇప్పుడు ఆ పేరును మరింత పదిలపరిచేదిగా 'కరేపాకు' కథలసంపుటి వచ్చింది.

ఈ కథల సంపుటిలోని కథలన్నీ స్త్రీ ప్రధాన కేంద్రంగా అల్లినవే. స్త్రీల బాధల్ని తెలియచేసేవే. అయితే ఈ కథలు స్త్రీ వాద భావనలు, నినాదాలు, లేదా సిద్ధాంతం కోసం రాసినవికావు అని నిక్కచ్చిగా చెప్పవచ్చు. ఈ కథలన్నీ పురుషాధిక్య సమాజపు అయ:చరణాల కిందపడి నల్లుల్లా నలిగిపోతున్న మహిళల గురిచి రాసినవే. స్త్రీ పురుష సంబంధాల గురించి చిత్రించినవే. ఈ కథలు చదివిన తర్వాత

సుప్రసిద్ధ సాహిత్యవేత్త Mark Twain చెప్పిన "Get your facts first then you can distrot than as much as you please" అన్న మాట గుర్తుకొస్తోంది. నిజమేకదా. ఏ రచయితయినా ఎప్పుడైనా తనకు తెలిసిన యథార్థాలనే గ్రహించి వాటిని కళాత్మకంగా తను ఏదయితే చెప్పదల్చుకున్నారో దానికనుగుణంగా మార్చుకోవడమే చేయాల్సింది. ఈ నిజాన్ని అక్షరాలా నిజం చేసిన కథలు 'కరేపాకు' కథలు అరవై ఏళ్ళపైగా తన జీవితంలో చూసిన స్త్రీల స్థితిగతుల్ని, వారి బాధల్ని, కష్టాలను, కన్నీళ్ళను చిన్న చిన్న కథలుగా మేడం గారు మలచుకున్న రీతి చాలా ప్రశంసనీయంగా ఉంది. అందరినీ ఆకర్షించేదిగాను ఉంది. ఈ కథల్లో మరొక విశేషమేమిటంటే ప్రాంతీయ అస్తిత్వం (Exestentialogy) అందులోనూ స్థానీయత (Nativity) కూడా శక్తివంతంగా పోషింపబడింది.

ప్రతి కథలోనూ ఏదో ఒక ఊరుంటుంది. ఆ ఊరిలోని కుటుంబాలు, మనుషుల మనస్తత్వాలు, పురుషాధిపత్యంలో స్త్రీలు పడేపాట్లు, అన్యాయంగా, క్రూరంగా ప్రవర్తించే మగవాళ్ళు, ఇంకా స్త్రీకి స్త్రీనే శత్రువనే మాటను నిజం చేస్తూ కనిపించే ఆడవాళ్ళు మనకు దర్శనమిస్తారు. పైగా ఆయా పాత్ర సాంస్కృతిక నేపథ్యమూ ద్యోతకమౌతూనేఉంటుందిఉంటుంది. దానికి తగినట్లు ఈ పుస్తకం శీర్షిక మామూలుగా పల్లెమాటలాగే ఉన్నాఉన్నా దాంట్లో లోతైన అర్థం కూడా ఉంది. ఎవరైనా అవసరానికి వాడుకుని ఆ తర్వాత వదిలేస్తే 'కరేపాకు' మాదిరి వాడుకున్నాడంటారు. ఆ విధంగా అది ఒక జాతీయంగా కూడా మారిన విశిష్ట పదబంధం. ఈ కథల్లోను తల్లి, చెల్లి, అక్క, అత్త, పిన్ని, వదిన, కోడలు, కూతురు, ఇల్లాలు, అవ్వ ఇలా విభిన్న స్థాయిల్లో ప్రత్యక్షమయ్యే మహిళల్ని ఈ పురుషాధిక్య సమాజమూ, ఆ ఆధిపత్యాన్ని అరువు తెచ్చుకుని మరో స్త్రీపైన అధికారం చెలాయించే స్త్రీలూ, స్త్రీలనే కట్టుబానిసల్లా చూస్తూ సేవలు చేయించుకుంటూ అవసరాలు తీరిన తర్వాత మంచి రుచి కోసం కూరల్లో వేసి, కంచంలో మొదటగా తీసిపారేసే కరివేపాకులా చూస్తారు. అందుకే ఈ శీర్షిక చాలా సమంజసంగాను, అర్థవంతంగాను ఉందనిపిస్తుంది. ఈ పుస్తకంలోని ప్రతికథలోను అలాంటి ఆడ కరేపాకు జీవితాలే చిత్రితమైనాయనడంలో డొంక తిరుగుడేమీ లేదు. నిజానికి చాలావరకు ఈ భారతీయ సమాజంలో స్త్రీల జీవితాలు కరేపాకు జీవితాలే.

ఇందులోని మొదటి కథలోను ఇలాంటి 'కరేపాకు' పాత్రలోకి ఇంకిపోయేలా చిత్రింపబడిన స్త్రీనే కనిపిస్తుంది. పేద రాఘవయ్యకు నిమ్మపండు ఛాయతో మెరిసిపోయే అందమైన కూతురు కస్తూరి. బాగా జరుగుబాటున్న పెద్దకుటుంబంలో మూడోవాడు కురూపి, మగతనం లేని వాడు. పెళ్ళిచూపుల్లో అతనికి బదులుగా అందమైన అతని తమ్ముడు ప్రకాశాన్ని పెళ్ళికొడుకుగా చూపించి, బొట్టుకట్టే సమయంలో కురూపైన సూర్యంచేత బొట్టుకట్టిస్తారు. పేదరికంతో రాఘవయ్య దంపతులు ఎదరించలేకపోతారు. ఆమె అత్త బలవంతాన ప్రకాశం చేతనే శోభనం జరిపించి, అతనితోనే సంసారం చేయిస్తుంది. కానీ కొద్దిరోజులకు ప్రకాశంకు మాలినితో పెండ్లవుతుంది. ఆ పెండ్లిలో కస్తూరికి వాళ్ళ నాన్న అప్పుచేసి కొనిపెట్టిన కమ్మలు, తాళిబొట్టుతో సహా మాలినికి అలంకరిస్తారు. అయినా సర్దుకుంటుంది. మాలినికి ఇద్దరు పిల్లలయిన తర్వాత వారితో ఉండలేక సూర్యంతో వేరుకాపురం పెడుతుంది. అయినా కస్తూరిపైన కమ్మల దొంగతనం మోపి దూషిస్తారు. మగతనం లేని మగాడు

ఆమెను కొట్టడంలో మాత్రం మగతనం చూపి ఇంట్లోనుంచీ తరిమేస్తాడు. దాంతో కస్తూరి రచయిత్రి ఇంటికి వచ్చి ఏడుస్తూ తన కథను వివరిస్తుంది. ఇది ఒక కోడలు కరేపాకు కథ.

భార్య చనిపోయిన తర్వాత ఏమీ తెలియని చిన్న వయసులో ఉన్న పెద్ద కూతురుని బెదిరించి, రోజూ అత్యాచారం చేస్తూ కూతురితోనే మరో కూతుర్ని కన్న దుర్మార్గుడైన తండ్రి పాపారావు. ఆ పాపాలరావు పాపాలను ప్రశ్నించే వాడే లేకపోవడం దురదృష్టం. 'జంతువు' కథలో ఈ పాపం చిత్రించబడింది. ఇదొక కూతురు కరేపాకు కథ.

'పసుపు కుంకాలు' కాటికి కాలుచాచుకుని ఉన్న అవ్వాతాతల కోరిక తీర్చడం కోసం కరేపాకుగా మారిపోయిన మనవరాలి కథ చిత్రించబడింది. మనవరాలి పెండ్లిచూసి చనిపోతానన్న ముసలాడి కోరిక తీర్చడం కోసం కనీసం పుష్పవతి కూడా కాని పిల్లకు పెండ్లి చేస్తారు. అయితే ఆమె పుష్పవతి అయ్యి, సంసార జీవితం ఆరంభించకుండానే భర్త పాము కరచి మరణిస్తాడు. విధవరాలిగా పుట్టింటికి చేరిన ఆమెను చూసి విధవముఖం చూడాల్సి వస్తుందనీ, ఆమె పెండ్లిని కోరుకున్న అవ్వాతాతలే తప్పుకొని తిరగడం గుండెను పిండి చేస్తుంది.

ఇలాంటి కరేపాకు స్థానంలో నిలబడి తన బాధను వ్యక్తంచేసే ఒక ఆడపడుచు 'భేషజాలు' కథలో కనిపిస్తుంది. వేలూరు నుంచి కర్నూలుకు వెళుతున్న ఒక ప్రైవేటు బస్సులో ఇసుకరాలనుంత జనం. ఆ జనంలో మరొక బంధువుతో మదనపల్లెలో ఎక్కిన ఒక ఆడపడుచు తన అన్నావదినల నిరాదరణను, తన పేదరికాన్ని ఏకరువు పెడుతుంది. అది బంధువుకు వినిపించే ఉపన్యాసంలా సాగిపోతుంది. ఆమె ధోరణి చదువుతుంటే రావిశాస్త్రి గారి సారా కథల్లోని ముత్యాలకు ఏమాత్రం తీసిపోని పాత్రగా కనిపిస్తుంది. ఇదే విధంగా అలాంటి మరో బస్సులో కూర్చోవడానికి కూడా చోటులేని రష్‌లో ఎక్కి ,తర్వాత మరోచోట ఎక్కబోయే భర్తకోసం ఎంత ప్రయత్నించినా సీటుదొరకని ఒక ముస్లిం స్త్రీ అగచాట్లు వర్ణనాతీతం. ఊరి చివర ఎక్కిన అతనికి సీటు సంపాదించలేదని అందరి ముందరా తిట్టి అవమానించడమే గాకుండా, బస్సుదిగినాక తన అహం చూపించి చేయిచేసుకుంటాడు 'అహం' కథలో. ఈ కథలో ఆ ఇల్లాలి పరిస్థితి కరేపాకు కంటే అధ్వాన్నం.

ఆడపిల్ల రంగు తక్కువైనంత మాత్రాన తన తండ్రి సిరిసంపదలుగానీ, పేరు ప్రతిష్టలుగానీ దేనికీ పనికిరాకుండాపోయి ,సంసార సౌఖ్యానికి నోచుకోకుండా నరకాన్ని చవిచూసిన మరోస్త్రీ 'సంపద' కథలో ఉంది. ధనవంతుడైన హనుమంతరెడ్డి తన ఏకైక పుత్రిక అయిన సంపద సమర్త వేడుకనే పెళ్ళిలా జరిపించి జులాయి అయిన మరో ధనవంతుని కొడుకైన పాపిరెడ్డికిచ్చి పెళ్ళి చేస్తాడు. అతను ఆమె ఆస్తిని చూసి చేసుకున్నాడేగానీ ఆమె అందం చూసికాదు. ఆమె కర్రిపిల్ల. ఆ కారణంగా బయట చెడు తిరుగుళ్ళు తిరిగి ఎయిడ్స్ వ్యాధిగ్రస్తుడై సంపదను శాశ్వతంగా సంసార సుఖానికి దూరం చేస్తాడు. ఈ కథలో ఒకప్పుడు పల్లెల్లో ఆడపిల్ల సమర్త అయితే ఇంటి బయట కొబ్బరి కీతులతో గుడిసెవేసి కొద్దిరోజులు ఇంటికి దూరంగా ఉంచేవారు. ఆ సమయంలో ఆమెకు 'కీడు' 'దాటు' లాంటివి తగలకుండా పొరక, చెప్పులు, ముష్టి ఆకులు, ఈన పుల్లలు పెట్టేవారు. ఈ సాంస్కృతిక నేపథ్యమంతా సంపద సమర్త అయినప్పుడు అతి సహజంగా వర్ణించారు మేడం గారు.

'ఊహకందని నిజం' కథలో తన జీవితంలో సగభాగమైన భార్య నిర్మలకీ, రక్తం పంచుకుని పుట్టిన పిల్లలకీ మాయమాటలు చెప్పి, పరస్త్రీ వ్యామోహంలో పడి వాళ్ళను రహీం అనే ఒక ముస్లిం డ్రైవర్ తో కారులో భీమిలికి విహారయాత్ర పేరుతో తీసుకెళ్ళి, అర్ధరాత్రి కారు ఆపి భార్యపైన కిరోసిన్ పోసి చంపి, పిల్లల్ని బావిలో వేసి భర్త చంపేస్తాడు. స్త్రీకి స్త్రీనే శత్రువంటే ఇదేమరి. యవ్వనపు తొలిదశలో తన కోరికల్ని భార్యతో తీర్చుకుని, పిల్లల్ని కూడా కని మరో స్త్రీ పొందు కోసం కరేపాకు లాగా వాడుకొని ఆమెను చంపేశాడు మగాడు.

ఊర్లల్లో మురికి బట్టల్ని ఉతికి బ్రతికే చాకళ్ళ జీవితం నేటి ఆధునిక కాలంలో దుర్భరంగా మారిపోయింది. కరువుల మూలాన నీళ్ళ సదుపాయం లేక పోవడం, వ్యవసాయం దెబ్బతినడం, పైగా వాషింగ్ మిషన్లు, సర్ఫ్ పౌడర్లు వచ్చి వారి జీవితాల్లో చీకటి అలుముకుంది. అప్పులు పాలైపోయి వేరే పనులు లేక కడుపులు ఎండకాలే పరిస్థితి వారిది. అలాంటి స్థితిలోఉన్న వారికి ఆడబిడ్డకు పుట్టిల్లు నడపడం, అందులో భాగంగా కాన్పులు చేయించి పంపించడం వంటివి తలకు మించిన భారాలు. కన్నతండ్రికి కూతురి కాన్పు ఖర్చును భరించడం, ఇంటికి చేరిన బిడ్డను కళ్ళల్లో పెట్టుకొని చూసుకోవడం, ఆమె గౌరవం కోసం ఆమె మెట్టినింటి వారికి ఏలోటూ లేకుండా గౌరవాలు చేసి పంపడం వంటివన్నీ అటు పుట్టినింటికీ, ఇటు మెట్టినింటికీ మధ్యనున్న మానవ సంబంధాల్ని తెలియజేసే చక్కటి కథ. 'ప్రసవ వేదన' పైన చెప్పిన బాధలన్నింటినీ చాకలి వెంకటేశు, అప్పు చేసి మరీ భరిస్తాడు.

ఈ మానవ సంబంధాలలో ప్రధానమైన స్త్రీ పురుష సంబంధాలు విస్తృతికి చిత్రిక కట్టిన కథ 'హెచ్చు తగ్గులు'. ఈ కథలో వెంకట్రావు కుటుంబం, ఆ కుటుంబంలో పెద్ద కొడుకు మాలతీ ఒక జంట. చిన్న కొడుకు మహేశ వేరే కులం అమ్మాయి పద్మను వివాహం చేసుకుంటాడు. అతని కూతురు శ్యామల మరో మతానికి చెందిన ధనవంతుడైన మార్వాడీ అబ్బాయి అభినయ్ ప్రేమ వివాహం చేసుకుంటుంది. అలాగే వారికి పుట్టిన స్నిగ్ధ మేనబావయిన కార్తీక్ ను పెండ్లాడుతుంది. ఎక్కడా ఎవరికీ ఏ పొరపొచ్చాలు లేవు. కులాతీత, మతాతీత స్త్రీ పురుష సంబంధాలు ఎలా ఉంటాయో, ఎలా ఉండాలో తెలియ చెప్పిన కథ ఇది. ప్రాణ ప్రదంగా జీవితం గడిపాల్సిన పురుషుడు పెడదారి పడితే ఆ ఇల్లాలి బాధలెలాంటివో తెలియ చెప్పే కథ 'నైవేద్యం'. తన మగడు మరోస్త్రీతో అక్రమ సంబంధం కలిగిఉన్నాడని తెలిసిన అలివేలు తన ముగ్గురు బిడ్డల్ని తీసుకొని ఇల్లు వదలి వచ్చేస్తుంది. మగడు మరో పెళ్ళి చేసుకుంటాడు. మరొక ఊరిలో అలివేలు పాచిపనులు చేస్తూ, పండగరోజున వడలు చేస్తున్న సమయంలో అగ్ని ప్రమాదం జరిగి చిన్న కూతురు చనిపోతుంది. ఈ కథ చదివిన తర్వాత ఏ పాఠకుడైనా ఏడవాల్సిందే. ఇక్కడా అలివేలు వికటించిన స్త్రీ పురుష సంబంధాలలో కరేపాకులా వాడుకుని వదిలేయబడ్డ ఇల్లాలే.

జీవితంలో చిన్న చిన్న తప్పుల వల్ల చిన్నపాటి ఒడి దుడుకులు ఎదురైనా పశ్చాత్తాపం, సర్దుకుని తమ తప్పుల్ని దిద్దుకునే మంచి మనసువుంటే స్త్రీ పురుష సంబంధాలు సజావుగానే సాగిపోతాయి.

బాగా వ్యవసాయం సాగే చోట్లలో ఉన్న అనుకూల పరిస్థితుల్లో వయసులో ఉన్న యువతీయువకుల మధ్య అక్రమ సంబంధాలు ఏర్పడడం అతి సహజం. అవి కావాలని చేసే తప్పిదాలుగా ఉండవు. ఇలాంటి సంబంధాల వల్ల ఒకరి పనుల్లో ఒకరు సహకరించుకోవడం కూడా

పల్లెల్లో కథే. ఇలాంటి పరిస్థితుల్లో చేసిన తప్పు తిరిగి చేయకుండా జీవితాన్ని సరిదిద్దుకోవడం కూడా అవసరమే. లేకుంటే జీవితం సజావుగా సాగదు. పైగా తమపైన ఆధారపడి జీవించే బతుకులు చాలా ఉంటాయి. ఈ సత్యాన్ని తెలుసుకునే 'దిద్దుబాటు' కథలో తమ జీవితాల్ని గాడి తప్పకుండా జాగ్రత్తపడ్డ భార్యాభర్తలు కనిపిస్తారు. చెరకుతోటలో సాలమ్మ మరొక యువకునితో కలిసున్న దృశ్యాన్ని చూసిన ఆమె భర్త నడుపబ్బ భార్యను కొట్టడం, కొద్ది రోజులు ఇద్దరూ ఎడమొహం పెడమొహంగా ఉండి ఇద్దరిలోనూ పశ్చాత్తాప భావం పొడచూపడం జరుగుతుంది. చివరికి సాలమ్మ మగడి కాళ్ళపైన బడి క్షమించమని అడగడంతో నడుపబ్బ ఆమెను తిరిగి దగ్గరకు తీసుకోవడం జరుగుతుంది. ఈ భార్యాభర్తల పాత్రల ద్వారా గొప్ప సందేశం కూడా సమాజానికి చెప్పినట్లయింది. మనిషి జీవితంలో చాలా చోట్ల రాజీపడడం, సర్దుకుపోవడం లేకుంటే జీవితాలు చాలా దుర్భరంగా మారిపోతాయి. ఆ నిజాన్ని తెలుసుకుని ప్రవర్తించే ఆడా మగల మధ్య సంబంధాలు సజావుగానే సాగిపోతాయి. ఇదే ఈ కథలోని సామాజిక ప్రయోజనం, సందేశం.

'ఎంతెంతదూరం' కథలో గురునాథం చెల్లెలు మరొకతన్ని ప్రేమించి పెండ్లి చేసుకుంటే, అత్తగారు కట్నం తేలేదని ఆమెను కిరోసిన్ పోసి చంపి ఉంటారు. ఆ కారణంగానే తన కూతురు కస్తూరి మరొకతన్ని ప్రేమిస్తే దాన్ని అంగీకరించక, మరొకతనితో పెండ్లి జరిపించబోతాడు. ఇష్టంలేని పెండ్లి చేసుకోవటం కంటే బావిలో దూకి చావడం మేలన్న కూతురిని తానే స్వయంగా తీసుకెళ్ళి బావిలో తోసేస్తాడు. అదే సమయంలో ఆమె అన్న వచ్చి రక్షించి తండ్రికి చివాట్లు పెట్టి, ఆమె ప్రేమించినతనితోనే పెండ్లి జరిపిస్తాడు.

స్నేహితుల మధ్య, అన్నదమ్ముల మధ్య, సోదర సోదరీమణుల మధ్య, యజమాని పనిమనుషుల మధ్య మంచి మానవ సంబంధాలుండవచ్చు. అలా ఒకరైతు కుటుంబంలో ఒకప్పుడు సేద్యపు జీతగాడిగా ఉన్న వ్యక్తి పట్ల ఎంతో గౌరవప్రదమైన అభిమానం కలిగిఉండడం, అతను చెప్పే కబుర్లు, కథలు ఇష్టంగా వినడం వంటి వాత్సల్య సంబంధాలను వ్యక్తం చేసే కథ కథల కామరాజు. రచయిత్రి గారిది పెద్ద వ్యవసాయ కుటుంబం. తను చిన్న వయసులో ఉన్నప్పుడు తిరుమణ్ణామలై నుంచి వచ్చిన కుప్పడు కొన్నేండ్లు పని మనిషిగా చేరి ఎన్నెన్నో జానపద కథలు చెప్పి ఆ ఇంటి పిల్లలనందరినీ ఆనందపరుస్తుంటాడు. అతనికి ఆ ఊర్లో ఉన్న మాణిక్యంతో పెండ్లి కూడా జరిపిస్తారు. రాను రాను వ్యవసాయం దెబ్బ తినడంతో అతను పనిమానేసి తన ఊరికెళ్ళి బాగా సంపాదించి ఒకప్పటి యజమానికే అప్పిచ్చే స్థాయికెదుగుతాడు. అయితే అతని కొడుకు విచ్చలవిడితనంతోను, నిరాదరణతో భార్యను తీసుకొని ఆ ఇంటికే తిరిగివస్తాడు.

'పాణిగ్రహణం' కథలో ఒకరినొకరు గౌరవించుకుని కలిసిపోయే ఉన్నతమైన స్త్రీ పురుష సంబంధం గురించి చెప్పడం జరిగింది. పవిత్ర,శశాంక్ యూనివర్సిటీలో కొలీగ్స్. ఒకరినొకరు ఇష్టపడుతున్నా బయటపడరు. శశాంక్ ఆమెకిష్టమైన టేప్ రికార్డర్ తీసివ్వడంతో పెండ్లి పేరుతో ఒకరినొకరు కలుసుకొంటారు.

ఈ కథలు చదువుతుంటే ఇవి అర్ధశతాబ్ది కిందటి జీవితాలను చిత్రించిన కథలుగా అనిపిస్తాయి. అప్పటి పల్లెలో మనుషుల మధ్య ఉన్న సంబంధాలు, బాధలు, ఆనందాలు, సంప్రదాయాలు ఎలా

ఉండేవో తెలుస్తాయి. రెండు మూడు కథలు తప్పిస్తే మిగిలిన కథలన్నీ రచయిత్రి జ్ఞాపకాల తెరల నుంచి చిత్రించినవిగా అనిపిస్తాయి.

ఇక ఈ కథల్లో వాడిన భాష విషయానికొస్తే చిత్తూరు జిల్లాలో దక్షిణ మండలాల్లోని జీవద్భాషను చాలా అందంగా ప్రయోగించడం జరిగింది. అందుకే ఈ కథల్ని చదివిన తర్వాత ఒక సందర్భంలో ప్రసిద్ధ సాహిత్య విమర్శకుడు, కథకుడు అయిన వాడ్రేవు చినవీరభద్రుడు "కథకుడు తన కాలంతో ఒక సంభాషణా, ఒక సంవాదమూ సాగిస్తాడు" అన్న మాట నిజమనిపిస్తుంది. మేడంగారు ఆనాటి కాలంతో సంభాషించారు. సంవాదమూ సాగించారు. కాలంతో సంభాషించి, సంవాదించడమంటే కథాకాలం నాటి జీవితాలను అతి సహజంగా చిత్రించి, జీవద్భాషా సౌందర్యంతో పాత్రల్ని నడిపించడమే. ఈ కథల్లో మేడం గారు అదే చేశారు. కాబట్టే ఈ కథలు చాలా బాగా తయారైనాయి.

చూడండి.

మేడంగారు కాలంతో సంభాషించారనడానికి ఒక ఉదాహరణ.

"ఇంటి దగ్గర మా అవ్వ మాత్రం ఉంది. వాకిట్లో ఎండపోసిన ఉప్పిదొడ్లను కాకులు, కోళ్ళు తినకుండా కఱ్ఱ పట్టుకొని కాపలా కాస్తాఉంది. ఎద్దుల కొట్టం నీడలో కుక్కి మంచం మింద కూచున్న మాయవ్వ నన్ను చూడంగానే తెగ సంతోషపడి పోయింది" (ఎంతెంత దూరం... 8-11)

ఇలాంటి దృశ్యం ఈనాడు అస్సలు కనిపించదు.

అలాగే పొలాల దగ్గర, లేదా తీరుబడి సమయంలోను పాడుకునే పాటలు, చెప్పుకునే జానపద కథలు ఇప్పుడు లేవు.

'కథల కామరాజు' కథలో కుప్పడు చెప్పిన నక్క కథ, అతను పాడిన వాలన్నీ అడిచచాన్ను వరనాడు పోయినక' అన జానపద గేయం లాంటివి చూద్దామన్నా కనిపించవు, వినిపించవు. మరి రచయిత్రి అప్పటి కాలంతో సంభాషించినట్టే.

చిత్తూరు మాండలీకానికి ఒక సొగసుంది. ఒక సోంపత్తి ఉంది. అలాంటి భాషకూ, యాసకూ సాహిత్య గౌరవం కల్పించిన వారు పులికంటి, నామిని, స్వామి లాంటివారు. దేవకి మేడం గారి "ఇర్ల చెంగి కథలు" ఈ 'కరేపాకు' కథలలోని మాండలికమూ సాహిత్య పుటల్ని పరిమళింప చేసేవే. ఈ కథల్లో ఆమె వాడిన సామెతలు, జాతీయాలూ, ఉపమానాలు ఆ భాషకు జీవశక్తి అవే.

వాటికీ కొన్ని ఉదాహరణలు చూద్దాం.

'ఇందమ్మా పులగూరంటే ఇందమ్మా తీగూర' (జంతువు)

'పిల్లికి చెలగాటం ఎలుకకు ప్రాణసంకటం' (పాణిగ్రహణం)

'ఓడలు బండ్లవుతాయి, బండ్లు ఓడలవుతాయి (భేషజం)

'మాసినగుడ్డల మూట మధ్యలో ఉన్న అడ్డపంచె మాదిరి' (ప్రసవవేదన)

'పేదోళ్ళ కష్టాలు పెరుమాళ్ళకెరుక' (ప్రసవవేదన)

'భూమేకైలాసం, సేద్దెమే శ్రీరంగం అన్నట్లుగా) (దిద్దుబాటు)

'చూసే వాళ్ళుంటే సొమ్ములు పెట్టుకోవాల- చేసేవాళ్ళుంటే పిల్లల్ని కనాల అంటారు' (దిద్దుబాటు)

'కుంచమంత కూతురుంటే మంచం మింద కూడు' (దిద్దుబాటు)

అలాగే కొన్ని జాతీయాలు చూద్దాం. 'రెంటికీ చెడ్డ రేవడి' (కరేపాకు)

'చేదోడు వాదోడు' (జంతువు)

'గూడురుకు పోతే ఏడు కుమ్ముళెదురైనట్లు' (భేషజాలు)

'కుండెడంబలిపోసినట్లు' (జంతువు)

'ఆలగోడు బాలగోడు' (పసుపు కుంకాలు)

'బుద్దీమద్దీ' (పసుపుకుంకాలు)

'నూరైనా అగ్రారంపాడైనా' (పసుపుకుంకాలు)

ఇంకా 'గాట్లోనే పడిసావు' 'కూలీనాలీ' బొడ్డు మింద మానిక్కెం పెట్టుకొని పుడతారు' వంటి జాతీయాలు చాలా అరుదైనవి.

అలాంటివే కొన్ని ఉపమానాలు.

గుండీ వెడల్పుతో నుదిటిబొట్టు, రాతి కుప్ప మాదిరి, సెనిక్కాయ సెట్టు మాదిరిగా, పల్లానికి దూకే నీళ్ళ మాదిరి, ఎలుకలు తిన్న ధాన్యం లాగా...

అలాగే దాదాపు వినమరుగై పోతున్న తాల్వారం(ఇంటి ముందరి భాగం) దాటు (కీడు), సాంగెం (ఆచారం) వంటి పదాలు కోకొల్లలు. ఇలా ఇంకా చెప్పాలంటే వీరి భాషపైన ఒక పిహెచ్.డి. చేసేంత సత్తాఉంది.

ఈ కథల్లో ఇన్ని విశిష్టతలున్నాయి. అయితే శిల్పకళ పైన దృష్టి సారిస్తే మేడం గారి కథా నిర్మాణ పటిష్ఠత పెరిగి వీరి రసమయ రచనా ఒరవడికి తప్పక అమరత్వం చేకూరుతుందంటాను.

తీసిపారేసే కరేపాకు కూరలకు సురుచిని చేకూర్చినట్లే, తాంబూలంలోని తమలపాకు నోటినీ మనసునూ సువాసనలతో పరిమళింప చేసినట్లే వీరి కథలూ కథా సాహిత్యానికి మంచి గంధాన్నద్దినంత మనోహరంగా, మరిన్ని మంచి కథల సంపుటాలు రాగలవని ఆశిస్తూ... ఇంత మంచి కథలనందించినందుకు అభినందిస్తున్నాను.

కరేపాకు

కన్నీరు మున్నీరుగా ఏడుస్తూ ఎన్నో యేండ్లుగా కడుపులోనే దాచుకున్న ఉదంతాన్ని కస్తూరి ఏకరువు పెడుతూంటే శ్రోతలు ముగ్గురూ ఆశ్చర్యంతో ముక్కు మీద వేలేసుకుని చెవులప్పగించి వింటున్నారు.

కస్తూరి నిమ్మపండు రంగుతో చెక్కిన శిల్పంలా ఉంటుంది. దాని మొగుడనబడే సూర్యం నల్లగా, పీలగా ఉంటాడు. మొగం మీదున్న కళ్ళూ, ముక్కూ ఏవీ పొందిగ్గా ఉండవు. వయసు ముప్పైయేళ్ళు. కాకరకాయ మాదిరిగా గదుములు గదుములుగా ఉన్న మొగం మీద మీసాలు కూడా లేవు. అలా అని షేవు చేసుకున్నాడని కాదు. అసలు మీసాలే మొలవని మొగమది.

అలాంటి వాడికి కస్తూరిని కట్టబెట్టడానికి ఎలా మనసొప్పిందని కస్తూరి అత్తగారింట్లో అడుగుపెట్టినపుడు ఊర్లో చూసిన వాళ్లందరూ అనుకున్నారు.

"నువ్వు దాన్ని కంటివా? కక్కితివా? ఆ ఆడంగోనికిచ్చి చేసే బదులు ఏ బాయిలోనో, కుంటలోనో తోసేస్తే పోయేది కదా!" అని కస్తూరి వాళ్ళ పెద్దమ్మ పెళ్ళి కొడుకుని చూసి చెల్లెలి మూతి మింద పొడిచింది కూడా.

"బీదతనం కాబోలు అందుకే వీడికిచ్చి చేసుంటారు". అని చెవులు కొరుక్కున్నారు ఊళ్ళోవాళ్ళు. 'ఇది అమ్ముడు పోని సరుకయ్యుంటుంది' అని అనుకొన్న వాళ్ళూ లేకపోలేదు.

సూర్యం వాళ్ళది పెద్ద కుటుంబం. ఇద్దరన్నలు, ఇద్దరు తమ్ముళ్ళు, ఒక చెల్లెలు ఉన్నారతనికి. అమ్మా-నాన్న గట్టిగానే ఉన్నారు. ఒక ఎకరం మడి, ఐదెకరాల చేను, అరకెరం మామిడితోట ఉంది.

ఊర్లో ఉన్న స్కూల్లో ఐదవ తరగతి దాకా ఆడపిల్ల తప్ప అందరూ చదువుకున్నారు. యుక్త వయస్సు వచ్చాక ఒక్కొక్కరూ ఒక్కొక్క పని వెదుక్కున్నారు.

పెద్దవాడు పాలవ్యాపారం, రెండోవాడు ఎద్దులవ్యాపారం, నాలుగోవాడు బెల్లం మండీలో లెక్కలు రాస్తాడు. అవిటివాడైన ఐదవవాడు ఏదో ఆఫీసులో అటెండరుగా పని చేస్తున్నాడు.

మూడోవాడైన సూర్యం మాత్రం చిన్నప్పట్నించి ఊర్లోనే ఉంటున్నాడు. దూరపు చుట్టమైన పరంధాముని ఇంట్లో పడి ఉండేవాడు. కంచం, మంచం రెండూ వాళ్లింట్లోనే.

పరంధామునికి ఒక తమ్ముడున్నాడు. అన్నదమ్ములిద్దరూ ఊరి వ్యవహారాల్లో తలమునకలుగా ఉంటారు. అందువల్ల పరంధాముని పెళ్ళామే సేద్యం పనులు చేయిస్తుంటుంది. ఇంటిపని, వంటా వార్పూ అన్నీ తమ్ముని పెళ్ళాం చూసుకుంటుంది.

పరంధాముని పెళ్ళాం కొంగు పట్టుకుని తిరుగుతుంటాడని ఊర్లో అందరూ అనుకునేవాళ్ళు. పైసా ఖర్చులేకుండా చిన్నా, చితకా పనులన్నీ అతనితో చేయించుకుంటుందని పక్క పొలాలవాళ్ళు ఈర్ష్య పడేవాళ్ళు కూడా.

సూర్యం ఇద్దరన్నలకు, చెల్లెలికి పెళ్ళిళ్ళయి పోయాయి. నాల్గో వాడిక్కూడా చెల్లెలికి ఆడపడుచయిన మాలినితో పెళ్ళి స్థిరమైంది. కానీ మూడోవాడికి చెయ్యకుండా నాల్గోవాడికి చెయ్యడం సబబు కాదనుకున్నారేమో! సూర్యానికి పెళ్ళి సంబంధాలు వెదకడం మొదలుపెట్టారు.

ఒక శుభోదయాన సూర్యానికి పెళ్ళి కుదిరిన విషయం ఊర్లో చాలా మందికి తెలిసింది. మొదట గంతకు తగిన బొంత దొరికి ఉంటుందనుకున్నారంతా. కానీ కస్తూరిని చూసినాక విధి వైపరీత్యమంటే ఇదే కాబోలనుకున్నారు. కస్తూరిని చూసి కళ్ళ నీళ్ళు పెట్టుకున్న వాళ్ళు కూడా లేకపోలేదు.

★★★★

కస్తూరిని చూడడానికి పెళ్ళివారు వస్తున్నారని వాళ్ళ ఊరికి మూడు మైళ్ళ దూరంలో ఉన్న బుడితి రెడ్డి పల్లెకు పెద్దకూతుర్ని, అల్లుణ్ణిపిలవడానికి వెళ్ళాడు వాళ్ళ నాన్న రాఘవయ్య. అల్లుడు ఏదో పని ఉందంటే అతన్ని పనయ్యాక రమ్మని చెప్పి కూతురు నీలవేణిని మాత్రం తనతో పాటే తీసుకొచ్చాడు.

మర్నాడు కస్తూరి వాళ్ళమ్మ రాజమ్మ, అక్క నీలవేణి ఇల్లు వాకిలి శుభ్రంగా అలికి ముగ్గులు పెట్టి గడప అంచులకు ఎర్రమన్ను పూసి పసుపుకుంకాలతో బొట్లు పెట్టి ఇంటికి కళాకాంతులు తీసుకొచ్చారు.

మర్నాడు ఉదయాన్నే వచ్చిన నీలవేణి భర్త సుబ్రమణ్యం 'అప్పుడే పెళ్ళి కళ వచ్చేసిందే" అని మరదలితో మేలమాడాడు. 'పో బావా" అన్న మరదలితో 'ఇంటికి కళ వచ్చిందన్నాను. కానీ నీకని చెప్పానా? పొమ్మన్నావు కదా! నా పెళ్ళాన్ని నాతో పంపించు ఇప్పుడే వెళ్ళిపోతాం' అన్నాడు మరదల్ని మరింత ఉడికిస్తూ. ఆ ఇంటికి సుబ్రమణ్యం అల్లుడే అయినా అన్ని విషయల్లోను కొడుకులాగే ఆదుకొంటుంటాడు.

సాయంత్రం నాలుగ్గంటలకు వస్తామన్నారు పెళ్ళివాళ్ళు. ఎక్కడైనా ఓ వందరూపాయలు అప్పు తెమ్మని రాజమ్మ మూడు దినాలుగా రాఘవయ్యతో చెప్తూనే ఉంది. చేతిలో చిల్లిగవ్వ లేదని ముందు రోజు సాయంత్రమే చేతులెత్తేశాడు రాఘవయ్య.

'ఎట్లా చేస్తాం చెప్పు' అని రాజమ్మ దగ్గర వాపోయాడు రాఘవయ్య. 'గాదినిండా బియ్యముంటే కరువునా కాలానా నా భార్యా బిడ్డల్ని నేనే సాకతానన్నాడంట' నీలాంటోడు. ఏదో ఉండేదవుతుంది. నువ్వేమి దాని గురించి ఆలోచించొద్దు అంది రాజమ్మ.

ఇంట్లో అలసందలుంటే పగలగొట్టి నీళ్ళలో పోసింది. వడలు చేయడానికి సరిపోయేంత నూనె ఇంట్లో లేదు. పక్కింటి మాణిక్యమ్మనడిగి ఒక చెంబులో నూనె అరువు తెచ్చింది. ఉప్పిడి

బియ్యాన్ని దోరగా వేయించి విసిరి బెల్లం వేసి 'ఉక్కిరి' తయారు చేసింది.

రెండున్నర గంటలకొచ్చే పాలవాడి దగ్గర 'డబ్బులు రేపిస్తానని చెప్పి ఒక లీటరు పాలు పోయించుకొని రాపో' – అని కొడుకుతో అంటుంటే నీలవేణి పదిరూపాయలు నోటు తెచ్చి తమ్ముని చేతిలో పెట్టింది. 'కూతురికి మేమివ్వాల్సింది పోయి ఎదుగూ బొదుగు లేని సంసారానికి ఎగేయను సరిపోతా ఉంది. నీ బతుకు' అంది కళ్ళల్లో నీళ్ళు తిరుగుతుంటే రాజమ్మ. 'సరే లేమ్మా! పదిరూపాయలకే పుట్టి మునిగిపోదులే అని వారించింది నీలవేణి.

ఏ అంగట్లో అరువు తెచ్చాడో రాఘవయ్య చక్కెర, కాఫీపొడి పట్టుకొచ్చాడు. మూడు గంటల్లోపలే అన్నీ సిద్ధం చేసుకొని వచ్చే వాళ్ళకోసం ఎదురుచూస్తూ కూర్చున్నారు.

కస్తూరి వాళ్ళ ఊరు గుర్రాలమిట్టకు బస్సు రోడ్డు రెండు కిలోమీటర్ల దూరంలో ఉంది. వచ్చే పెళ్ళివాళ్ళ కోసం ఎద్దులబండి కట్టించి కొడుకు నీలకంతాన్ని మూడు గంటలకే రోడ్డులోకి పంపారు.

ఐదవుతున్నా పెళ్ళివాళ్ళ జాడ లేదని అంతవరకూ ఎదురుచూసి రాఘవయ్య కూడా నడుచుకుంటూ రోడ్డు చేరినాడు. ఐదు నలభై అవుతుండగా మోదలిపల్లి బస్సులో నుంచి దిగినారు పెళ్ళివాళ్ళు.

పెళ్ళికొడుకు తల్లిదండ్రులతో పాటు వాళ్ళ పెద్దకొడుకు, కోడలు, రెండవ కోడలు రాధ, కూతురు సుశీల, రాధ వాళ్ళ నాన్న రాజారాం, పెళ్ళికొడుకు ప్రకాశం వచ్చారు.

'మళ్ళీ మళ్ళీ మిమ్మల్ని ఇబ్బంది పెట్టకూడదని చూడాల్సిన వాళ్లందరం ఒకేసారి వచ్చేశాం' అన్నాడు నవ్వుతూ పెళ్ళికొడుకు తండ్రి రాఘవయ్యతో.

'దాందేముంది–మంచి పనే చేశారు' అన్నాడు రాఘవయ్య. మా మూడోవాడు అంటూ ప్రకాశాన్ని పరిచయం చేశాడు వాళ్ళ నాన్న.

పలకరింపులు, ఫలహారాలు అయినాక కస్తూరి కాఫీ గ్లాసులతో వచ్చింది. కస్తూరి అంద చందాలకు అందరి మనసుల్లోనూ మార్కులు బాగానే పడ్డాయి.

కస్తూరిది పొందికైన మొగం. ఆ మొగానికి వన్నె తెచ్చే బంగారు ఛాయ. సుబ్రహ్మణ్యస్వామి ఆయుధాన్ని తలపించే వెడల్పైన కళ్ళు, కనుబొమ్మలు, ముక్కు, నోరు, పలువరస అన్నీ వేటికవే పోటీపడుతూ తీర్చిదిద్దినట్లుంటాయి. వెరసి అన్నీ కలిసి కస్తూరి మొగాన్ని కళగల మోహం చేసేశాయి.

పెళ్ళికొడుకు ప్రకాశం కూడా కస్తూరిని కన్నార్పకుండా చూశాడు. కస్తూరితో పాటు అందరూ పెళ్ళి కొడుకును చూసి తృప్తిపడ్డారు. వన్నె కాస్త తక్కువైనా మగతనం ఉట్టిపడే మొగం ప్రకాశానిది. అందుకే చూసిన వాళ్లందరూ ఇద్దరికీ ఈడూ జోడూ బాగుంటుందనుకున్నారు.

అమ్మాయి నచ్చిందని, కట్నం ఏమీ అవసరం లేదని, పెళ్ళి మాత్రం ఘనంగా కాకపోయినా కాస్త బాగా చేసివ్వమని అన్నారు వాళ్ళు. దగ్గర్లో ఉన్న ముహూర్తానికే పెళ్ళి పెట్టుకుందామన్నారు.

రాఘవయ్య భార్య, కూతురు, అల్లుడితో సంప్రదించాడు. 'నూరు రూపాయలు కూడా అప్పు తేలేని మనం పెళ్ళి అంత తొందరగా ఎలా చేసివ్వగలం' అంది రాజమ్మ. అందుకే ఒకనెల రోజులన్నా టైం కావాలన్నారు. వాళ్ళు దానికి ఒప్పుకున్నారు.

పెళ్ళి కూతురికి పట్టు చీరలు రెండు, తాళిబొట్టు చైను, నెక్లెసు పెడతామన్నారు వాళ్ళు. వీళ్ళను మూడు సవర్ల బంగారం పెట్టమన్నారు. అంత పెట్టలేమని రెండు జతల కమ్మలు, ఒక ఉంగరం మాత్రం ఇవ్వగలమన్నాడు రాఘవయ్య. వాళ్ళు అన్నిటికీ సరేనని ఒప్పుకున్నారు.

కస్తూరి పెళ్ళికి ఉన్న ఒక్కగానొక్క ఆస్తి బండీ ఎద్దుల్ని అమ్మాల్సి వచ్చింది. పెద్దల్లుడు కాస్త పొలం పుట్ర ఉన్నవాడే. అతడు ఐదువేలు అప్పుగా ఇవ్వడమే గాక కస్తూరికి అరసవర బంగారం చేయించాడు. ఒక జత కమ్మలు మాత్రం కొన్నారు వీళ్ళు. పుట్టింటి కష్టాలెరిగిన పెద్దకూతురు ఇంకో జత చేయించేదాకా తన కమ్మల్ని పెట్టుకోమంది.

పెండ్లి కొడుకు వాళ్ళే పురోహితుని పిలుచుకొచ్చి మహూర్తం పెట్టించారు. ఇద్దరి పేరు బలాలను చూసి తెల్లవారుజామున మూడు గంటలకు ముహూర్తం దివ్యంగా ఉందన్నాడతను. పెళ్ళికొడుకు పీటలమీద కొచ్చాడు. పెళ్ళికూతురు రావాల్సి ఉంది. ఇంతలోనే పెళ్ళి పందిట్లో కలకలం మొదలైంది.

పెండ్లికొడుకు పెళ్ళిచూపులకు వచ్చినవాడు కాదు. ముందుగా పెద్దల్లుడు ఆ విషయాన్ని పసిగట్టాడు. మామ చెవిలో ఊదాడు. కాసేపటికే అసలు విషయం అందరికీ తెలిసిపోయింది. వచ్చిన బంధువులంతా గుసగుసలు పోతున్నారు. రాఘవయ్య కుటుంబానికి ఆత్మీయులైన వాళ్ళంతా ఒక చోట గుంపుగా చేరారు. ఎవరికి తోచిన సలహా వాళ్ళిచ్చారు. చివరికందరూ కలిసి పెళ్ళికొడుకు తరపువాళ్ళను నిలదీశారు.

'నా మూడో కొడుక్కి మీ పిల్లనివ్వమన్నది నిజమా? కాదా?' అని దబాయించాడు పెళ్ళికొడుకు తండ్రి. 'నిజమే' అని ఒప్పుకున్నారు ఇవతలి వాళ్ళు.

'మరి వీడే నా మూడో కొడుకు'

'ఇది అన్యాయం మీరు మీ మూడో కొడుకని చూపెట్టింది ఈ అబ్బాయిని అంటూ పెళ్ళిచూపుల కొచ్చిన అబ్బాయిని లాక్కొచ్చాడు పెద్దల్లుడు.

'అతను నాక్కాబోయే అల్లుడు, అతన్ని మీరెందుకు లాకొచ్చినట్టు' అని అడ్డుపడ్డాడు ఓ పెద్దమనిషి. పురోహితుడు మాత్రం మంత్రాలు చదువుతూనే ఉన్నాడు. మాటా మాటా పెరిగింది. తాళి కట్టడానికి ససేమిరా వీల్లేదన్నాడు రాఘవయ్య. అతని బంధువులు కూడా అతన్ని బలపరిచారు.

'ఒక్కసారి పీటల మీద పెళ్ళాగిపోతే నీ గతేమౌతుందో ఆలోచించుకో నీ కూతురిని మల్లెవడు చేసుకుంటాడు'. అని బెదిరించాడు పెళ్ళికొడుకు తండ్రి– అతనికి కాబోయే వియ్యంకుడు. దాంతో రాఘవయ్యలో వణుకు పుట్టింది.

విషయం తెలుసుకున్న కస్తూరి కళ్ళల్లో నీళ్ళు కారుతూనే ఉన్నాయి. పెట్రోమాక్సులైట్ల వెలుతురులో పెళ్ళికొడుకుని చూసి అదిరిపడింది కస్తూరి. తన కలల రాజు కోసం కళ్ళు వెతికాయి. ఊహూ కన్పించలేదు.

మూడు సవర్ల బంగారం కూడా పెట్టలేనోడికి కలెక్టర్ సంబంధం వస్తుందా? పూటకు గతిలేనోడు స్వర్గానికి నిచ్చెనేస్తే నిలుస్తుందా? – మాటల తూట్లు ఎక్కువైనాయి.

'గతి లేకుంటే గంగలో పడేస్తాం. అంతేకాని ఈ మోసాన్ని మాత్రం భరించేది లేదు' అన్నాడు పౌరుషంగా రాఘవయ్య.

చివరకు మంచి చెడ్డా కూడబలుక్కొని పెద్దలు రాఘవయ్యకే సర్దిచెప్పారు. మూడోవాడైతే ఏముంది? కస్తూరి ఆ ఇంటికే కదా కోడలిగా వెళ్తుంది అని రాఘవయ్యను నోరెత్తనీయలేదు. పెద్దకూతురు, పెద్దల్లుడు, భార్య రాజమ్మ అందరూ పరిస్థితులకు తలవొంచారు.

'గట్టిమేళం' అని పురోహితుడు అరవడం, కస్తూరి తలవంచడం, సూర్యం తాళికట్టడం నిముషాల్లో జరిగిపోయింది. ప్రకాశం భార్య అవుతుందనుకున్న కస్తూరి సూర్యానికి పెళ్ళామై పోయింది.

శుభకార్యం జరిగిన ఇంట్లో వచ్చిన బంధువుల్లో కూడా సంతోషం మచ్చుకైనా కన్పించలేదు. భోజనాలైందనిపించి దూరపు బంధువులందరూ వెళ్ళిపోయారు. దగ్గరి వాళ్ళెవరూ నోట్లో ముద్దపెట్టలేదు. భయంకరమైన ఓటమిని చవిచూసి దిగాలుగా ఉండిపోయారు.

ఆ రోజు సాయంత్రానికే కస్తూరి అత్తగారింటికి ప్రయాణమైంది. గుడి దగ్గరికి ఊరేగింపుగా వచ్చిన కుందనపు బొమ్మను చూసి కన్నీరు పెట్టని వాళ్ళు లేరు. పెళ్ళికొడుకు అందంగా లేడని కాదు వాళ్ళ చింత, చూస్తే అటూ ఇటూ కానివాడని తెలిసిపోతున్నది.

కన్నీళ్ళతో కస్తూరిని సాగనంపుతున్న రాజమ్మతో 'నీ కూతురికి ఏ లోటూ లేకుండా చూసుకోనే పూచీ నాది' అంటూ పెళ్ళికొడుకు తల్లి చేతులు పట్టుకుంది.

'సంసార సుఖం లేకపోయిన తర్వాత మళ్ళు మాన్యాలు నెత్తికేసి కొట్టుకోనా?' అంది రాజమ్మ. ఆ మాటలంటుంటే కళ్ళల్లో నీళ్ళు కట్టలు తెంచుకున్నాయి.

'ఆ సుఖాన్ని కూడా నేను కల్పిస్తాను గదా!' అంది వియ్యపురాలు.

రాజమ్మ దిగ్గున తలెత్తింది. 'నువ్వు దిగులు పడకు చాలా సంతోషంగా ఉన్నానని నీ కూతురు నోట్లో అన్పిస్తానో లేదో చూడు' అంది చేతిని నొక్కుతూ. మొగం మీదచిరునవ్వు, పట్టుకున్న చేతిలో నుంచి ఏదో తియ్యటి అనుబంధం రాజమ్మకు ఒక క్షణం పాటు మనశ్శాంతి నిచ్చింది. ఆ మాటల అంతరార్థం మరో రెండు రోజులకు గాని తెలిసింది కాదు.

మొదటి రాత్రి సూర్యం స్థానంలో ప్రకాశం ప్రత్యక్షమైనాడు. అమాయకురాలే అయినా కస్తూరికి ప్రకాశం మరిదే కాని భర్త కాదని తెలుసు. అందుకే అతనిని అడ్డుకొంది.

నలుగురికీ తెలిస్తే అల్లరవుతుందని ప్రకాశం తలుపు తీసుకుని బయటకి వచ్చేశాడు. వెంటనే అత్త ఆదిలక్ష్మి లోపలికెళ్ళింది. ఆమె కస్తూరితో ఏం చెప్పిందో తెలియదు. మళ్ళీ ప్రకాశం

గదిలోకి వచ్చినపుడు కిక్కురు మనకుండా ఉండిపోయింది.

సూర్యం భార్యగా చలామణి అవుతూ ప్రకాశంతో సంసారం చేస్తున్నది కస్తూరి. ఒక రోజు సూర్యం స్నానం చేస్తూ వీపురుద్దమని భార్యను పిలిచినపుడు ససేమీరా వెళ్ళనంది కస్తూరి. సూర్యం పట్టించుకోలేదు. యథావిధిగా పరంధాముని౦ట్లోనే పడకేస్తున్నాడు.

ప్రకాశానికి క్యారియరు కట్టివ్వడం, అతని బట్టలుతికి పెట్టడం ఎంతో ఇష్టంగా చేసే కస్తూరి, సూర్యాన్ని చూస్తే నిప్పును చూసినట్టు దూరంగా వెళ్ళిపోతున్నది.

పగలూ రేయిలా సాగిపోతున్న కస్తూరి జీవితంలో పిడుగు పడే రోజు రానే వచ్చింది.

ప్రకాశం పెళ్ళిపనులు ఊపందుకున్నాయి. ఏడుస్తున్న కస్తూరిని ఏమని సముదాయించారో తెలియదు కాని చివరకి కస్తూరి కూడా ఉత్సాహంగానే పెళ్ళి పనుల్లో పాలుపంచుకొంది.

ప్రకాశంతో పాటు కస్తూరి పెళ్ళిలో అత్తగారు పెట్టిన తాళిబొట్టు చైను కూడా మాలిని పరమైపోయింది. మళ్ళీ చేయించి ఇస్తామని పసుపుతాడుకు తాళిబొట్టు గుచ్చి చైను తీసుకుంది అత్త.

ప్రకాశం భార్యగా మాలిని ఇంట్లో అడుగు పెట్టాక కస్తూరి పరిస్థితి పనిమనిషి స్థాయికి చేరుకుంది.

సూర్యం ఇంటి పట్టకే రాడు. ప్రకాశం కస్తూరిని కన్నెత్తి చూడడు. పూర్వపు చనువుతో పలకరించబోయినా తప్పించుకు పోతున్నాడు.

తన స్థితిగతులేంటో కస్తూరికి తొందరగానే అర్థమైపోయాయి. ఈ ఇంటికి తనూ మాలిని ఇద్దరూ కోడండ్లే. దాని గొప్పతనమేంటి? నా దిగజారుడు తనమేంటి? అనుకుంది. మనసులో ఏదో గట్టి నిర్ణయమే తీసుకుంది.

అషాఢమాసంలో భార్యను పుట్టింటిలో వదిలి వచ్చిన ప్రకాశం మళ్ళీ కస్తూరి చెంత చేరాడు. కస్తూరి పడగ విప్పిన కోడెనాగయింది. సర్ది చెప్పడానికి వచ్చిన అత్త మొగాన ఉమ్మేసింది. తన వాటా తనకిస్తే తన భర్తతో వేరుగాఉంటానంది.

ఎవరెన్ని రకాలుగా చెప్పినా కస్తూరి వినలేదు. వాటా ఇవ్వడంలో కూడా కస్తూరికి అన్యాయమే చేశారు. చివరికి పెళ్ళపుడు తనకిచ్చిన తాళిబొట్టు చైను కూడా మాలిని మెడలోనే ఉండి పోయింది.

తాటాకులతో రెండంకణాల జోబిడి వేయించుకొని అందులోకి మారిపోయింది కస్తూరి. తనకంటూ ఒక ఇల్లు ఏర్పడే సరికి సూర్యం కస్తూరితో ఆత్మీయంగా ఉండసాగాడు.

కూలీ నాలీ చేసి పైసా పైసా కూడగట్టి ఒక ఆవును పట్టుకుంది. క్రమంగా ఇంటి పట్టున ఉండడం అలవాటు చేసుకున్న సూర్యాన్ని మెల్లగా పాల వ్యాపారంలోకి దించింది.

చూస్తుండగానే ఏడు ఏండ్లు వెనక్కెళ్ళిపోయాయి. తన మానాన తను బతుకుతున్న కస్తూరికి తోడికోడలు మాలిని దగ్గరైంది. కోపతాపాలను కాలం కరిగించేసింది. అక్కా అక్కా అంటూ

అభిమానాన్ని కురిపించడం, అడపా దడపా కూరానారా ఇవ్వడం, ఎక్కడికైనా వెళ్ళేటప్పుడు తోడు రమ్మనడం వీటితో మాలినిపైన ఎనలేని ప్రేమాభిమానాల్ని పెంచుకుంది కస్తూరి.

మాలినికి ఇద్దరు ఆడపిల్లలు. వాళ్ళను తన సొంత పిల్లలే అనుకొంది కస్తూరి. స్నానం చేయించడం, జడలు వేయడం, బడికి పంపడం అన్నీ తనే చూడసాగింది. కష్టపడి కూడబెట్టిన డబ్బుల్ని కూడా పండగ పబ్బాలలో ఆ పిల్లలకే ఖర్చు పెడుతూ వచ్చింది. మాలినికి ఇంటి పనిలో కూడా చేదోడువాదోడయింది. అయినా ప్రకాశాన్ని మాత్రం మళ్ళీ కన్నెత్తి చూడలేదు కస్తూరి.

మాలినిని సొంత తోబుట్టువులా చూసుకోనే కస్తూరికి ఆ మాలిని వల్లనే మళ్ళీ ఎదురుదెబ్బ తగిలింది.

శుక్రవారం తలంటి స్నానం చేసుకున్న మాలిని గూట్లో పెట్టిన కమ్మలు కనిపించక వెతుకుతోంది.

కస్తూరి, మాలిని ఇంట్లో అడుగు పెట్టేసరికి 'ఇంటికొచ్చే ఆ నా సవితే ఎత్తుకొని పోయుంటుంది' అంటోంది అత్తతో మాలిని.

ఆ మాటలు తనను గురించే అంటోందని కస్తూరికి అర్థమైపోయింది. అయినా తెలియనట్లుగానే ఇంట్లో అడుగుపెట్టింది. మాలిని మొగమిచ్చి మాట్లాడలేదు. అత్త కూడా పలకరించలేదు. పైగా మాలిని నానా మాటలంటూ వెతుక్కొంటోంది. ఎక్కడైనా పెట్టేసి మర్చిపోయావేమో గుర్తు చేసుకో" అంది కస్తూరి ఎంతో సౌమ్యంగా.

"అవును పెట్టింటేనే వాటికి కాళ్ళొచ్చి పోయినాయి. ఇంటికొచ్చే ఏ నా సవితి ఎదాన కొట్టుకొని పోయిందో" అంది చిరుబుర్రు లాడుతూ.

'ఎవరైనా వచ్చుండిరా" అంది మళ్ళీ కస్తూరి శాంతంగా పొంగుకొస్తున్న దు:ఖాన్ని అణచుకుంటూ.

'ఇంకెవరొస్తారు నా ఇంటికి. ఏమీ తెలియనట్లు నటించకు నా సవితి నువ్వుగాక ఇంకెవ్వరు' అని ఎదురు ప్రశ్నించింది. ఎన్నాళ్ళనుంచో మనసులోనే దాచుకున్న ఉక్రోషం ఆ మాటల్లో ప్రతిధ్వనిస్తోంది.

మాట మాటకు మాలిని సవతి సవతి అనడం కస్తూరికి కోపాన్ని తెప్పించింది.

'అవును మనం సవతులమే, నా మొగుడు కావలసినోడు నీ మొగుడైనాడు. నాతో సంసారం చేసినాకనే నీతో చేసినాడు. అతని పట్ల నాకూ అన్నింట్లోను హక్కుంది.'అంది అంతే ఉక్రోషంతో కస్తూరి.

అన్నదే కాని అక్కడ ఒక్క నిమిషం కూడా నిలబడలేక పోయింది.

'అడుగడుగునా నన్ను మీ స్వార్థం కోసం రకరకాలుగా వాడుకున్నారు. అన్ని విధాలా బలైపోయిన నన్నూ నా నిజాయితీని శంకిస్తూ చివరికి దొంగను కూడా చేశారా అంటూ కన్నీరు మున్నీరవుతూ వెనుదిరిగిన కస్తూరి ప్రకాశం ఇచ్చిన చెంపపెట్టుతో అవాక్కయింది.

'అయ్యో పాపం అని దయతలచినందుకు హక్కుల గురించి మాట్లాడ్తావా దొంగముండా' అంటూ ప్రకాశం నోటికొచ్చినట్లల్లా తిట్టాడు. కస్తూరి తనకు మళ్ళీ లొంగలేదన్న కోపం ప్రకాశానిది.

రాత్రి ఇంటికొచ్చిన సూర్యానికి విషయం తెలిసింది. 'పోనీ అని అన్నీ తెలిసి కూడా చూసి చూడనట్లుంటే నోరు పెద్దదయిందే. పో, ఒక క్షణం కూడా నా ఇంట్లో ఉండద్దు. నీ మొగం నాకు చూపించొద్దు. మొగుణ్ణి చెప్పుతోకొట్టి మొగసాల కెక్కిందని, ఆ పొద్దు వాని బలం చూసుకోని నన్ను తాళికట్టిన మొగుడని కూడా లెక్క చెయ్యలేదు. సరైన శాస్తే జరిగింది. ఛీ! నాకు నీ మొగం చూపించకు' అంటూ కొట్టడానికొచ్చాడు.

'ఆడంగోడివి నీకు పెళ్ళి కావలసొచ్చిందా? మీ వాళ్ళంతా కలిసి నీకు కట్టబెట్టి నా గొంతు కోశారు. అయినా నేనేం బాగోతం నడపలేదే. చెడు తిరుగుళ్ళు తిరగలేదే 'ఎట్టికొచ్చిన కస్తూరి ముడ్డికి పూయండన్నట్లు, ఎట్టికి పుట్టినదాన్ని దొరికానని నన్ను నానా మాటలంటావా" అని భర్తకు ఎదురు తిరిగింది కస్తూరి.

దాంతో సూర్యానికి ఎక్కడలేని కోపం ముంచుకొచ్చింది.

'ముందు బయటకు నడవ్వే ముండా. మళ్ళీ ఈ ఇంటి గడప తొక్కావంటే మర్యాదుండదు" అంటూ కాలెత్తి తన్నడానికొచ్చాడు.

పుట్టింటి పరువు పోతుందని తాళికట్టించుకొని, అత్తింటి పరువు పోకూడదని ఎంతో గుట్టుగా బతికిన కస్తూరి ఇప్పుడు తన పరువును గంగలో కలపడం ఇష్టం లేక మెల్లగా అక్కడి నుంచి బయటికి నడిచింది.

పుట్టింటికి పోవడానికి ఆదరించే తల్లి లేదు. గర్భసంచి కాన్సర్ తో ఆమె చనిపోయి సంవత్సరమైంది. అక్కా బావలు తన పెళ్ళికిచ్చిన అప్పు తీర్చలేదని పుట్టింటి వాళ్ళతో ఉన్న బంధాన్ని పూర్తిగా తెంచుకున్నారు.

ఇంటికొచ్చిన కోడలు మూళి అలంకారి. మామకే కూడు పెట్టని మహాతల్లి. వయస్సు మీద పడిన రాఘవయ్య ఆ పంచన ఈ పంచన పడి బతుకుతున్నాడు.

ఎక్కడికెళ్ళాలో దిక్కు తోచక టి.వి. చూసే నెపంతో మా ఇంట్లో అడుగుపెట్టిన కస్తూరి మేం భోజనాలకు లేస్తుంటే ఎటుపోవాలో తెలియక కళ్ళనీళ్ళు పెట్టుకొంది.

ఏమైందని అడిగితే సంసారం గుట్టు – వ్యాధి రట్టు అని ఇన్నాళ్ళూ గుంభనంగా ఉన్న కస్తూరి మనసులోని ఆవేదన కట్టలు తెంచుకొంది. ఆ ప్రవాహంలో కొట్టుకొచ్చిన నిజాన్ని మొదటిసారిగా విన్న ముగ్గురు శ్రోతల్లో నేను ఒకదాన్ని.

'శ్రీహంస', కథలు, 2007 శ్రీలేఖ సాహితి

పుటలు: 147–156

జంతువు

తిన్నది జీర్ణంగాక అన్నం వద్దంటున్న మనమరాలు ఉమను 'పరగడుపుతో" పడుకోవడం మంచిది కాదు ఓ ముద్దయినా తిను' అని బలవంతం చేసింది. అమ్మమ్మ అంజనమ్మ.

కడుపులో తిప్పినట్లవుతుందని వద్దంటే వద్దని ముసుగు పెట్టుకుంది.

అమ్మమ్మ మనసు ఊరుకోలేదు. అందంగా బొద్దుగా ముద్దుగా ఉన్న మనమరాలికి ఎవరి దిష్టో తగిలి ఉంటుందని నాలుగు ఉప్పురాళ్ళు తెచ్చి దిగదీసింది. నిమ్మరసం పిండి అందులో అల్లం, తేనె కలిపి బలవంతంగా నాకించింది. కొంతసేపటికంతా నిద్రలో మునిగిన ఉమను చూసి నిమ్మళించిందిలే, బాగా నిద్రపోతే తగ్గిపోతుంది అని మిగిలిన పిల్లలకు అన్నంపెట్టి అల్లుడి కోసం కాసుక్కూచుంది. రాత్రి పదైనా అల్లుడి జాడలేదు.

'కూతురుంటే తనకీ తిప్పలుండేవి కావు' అనుకొంటుంటే కళ్ళలో నీళ్ళు కమ్ముకొచ్చాయి అంజనమ్మకు.

అంజనమ్మ కూతురు పార్వతి. ఇద్దరు కూతుళ్ళు, ఒక కొడుకుకు జన్మనిచ్చిన పార్వతి అర్ధాంతరంగా పాముకాటుతో తనువు చాలించింది.

కూతురు చావుకు వచ్చిన అంజనమ్మ పిల్లల్ని చూసుకోవడం కోసం ఉండిపోవలసి వచ్చింది, అంత వరకు హంపాపురంలో చిన్నకొడుకు దగ్గర ఉన్న తను.

రాత్రి పదకొండు తర్వాత వచ్చిన అల్లుడికి అన్నం పెట్టడానికి వంటగదిలోకి వెళ్తుంటే తినొచ్చినానని అత్తతో చెప్పి మిద్దెపైకెక్కాడు.

అంజనమ్మ కూతురి జ్ఞాపకాలతో తెల్లవారుఝాముదాకా నిద్రరాక అటు ఇటు పొర్లుతూనే ఉంది. ఉదయం ఏ అయిదు గంటలకో కునుకు పట్టిందామెకు.

పేగులు మెలిపెట్టినట్లు భయంకరంగా వాంతి చేసుకుంటున్న ఉమ వల్ల అంజనమ్మ కళ్ళు తెరిచింది. దిష్టి తీయడంతో ఉమ ఆరోగ్యం సర్దుకుంటదిలే అనుకున్న అంజనమ్మ ఉలిక్కిపడి లేచింది.

పళ్ళు తోముకుంటూ డోక్కొంటున్న ఉమను చూడగానే అంజనమ్మ మనసులో అనుమానం తలెత్తింది. ఉమ బయట చేరక చాలా రోజులయిందన్న విషయం గుర్తుకు రాగానే గుండెలు దబదబా కొట్టుకోవడం మొదలు పెట్టింది. అదే నిజమైతే ఏం చేయాలిరా భగవంతుడా అని ఆక్రోశించింది అంజనమ్మ మనసు. మళ్ళీ అది అయివుండదులే, పసిబిడ్డ పైగా బంగారం లాంటి బిడ్డ ఇంటి గడప కూడా దాటని ఉమకు అలా జరిగే వీలేలేదు అని సమాధాన పడింది.

అంజనమ్మ లేచి మొహం కడుక్కొని పొయ్యి వెలిగించింది. కాఫీ ఇచ్చినా వద్దనింది ఉమ. మిగిలిన పిల్లలకు తలలు దువ్వి, చద్దన్నం పెట్టి బడికి పంపినాక ఉమను కూడా అన్నం తినమని బతిమాలింది. ఎంత అడిగినా ఉమ ససేమీరా పైకి లేవలేదు.

శుక్రవారం కావడంతో అంజనమ్మ దేవుని గూట్లో దీపం పెట్టి అగరొత్తి వెలిగించగానే ఉమ మళ్ళీ డోక్కొంటూ పెరట్లోకి పరిగెత్తింది.

దాంతో అంజనమ్మ అనుమానం బలపడింది. అగరొత్తి వాసన పడలేదంటే ఇది అజీర్ణానికి సంబంధించిన జబ్బుకాదు. నెల తప్పడం వల్ల జరిగిందే అనుకొంది.

ఆ ఆలోచన రాగానే అది నిజామా! కాదా! ఎలా తెలుసుకోవాలో అరవై ఐదు ఏండ్లు నిండిన అంజనమ్మకు అర్థం కాలేదు. ఇరుగు పొరుగు వాళ్ళకు చెప్పడమో లేదా డాక్టరుకు చూపెట్టడమో చేయడానికి ఉమ పెళ్ళయిన పిల్లకాదు. 'ఏం చేసేదిరా భగవంతుడా' అని లోలోపలే కుంగిపోసాగింది. ఆకలేస్తున్నా అన్నం తినవబుద్ధి కాలేదామెకు.

ఉమను నిలదీయడానికి అది రెండు రోజులుగా తిండీ నీళ్ళు లేకుండా పడిఉంది. పైగా అల్లుడు ఇంకా ఇంట్లో పడుకునే ఉన్నాడు. మగవాళ్ళకు ఓర్పు తక్కువ. తననుకున్నదే నిజమైతే అవమానంతో కూతుర్ని ఆ తండ్రి ఏం చేస్తాడో! వయసు పిల్లని కూడా చూడకుండా కొట్టినా కొట్టగలడు .ఇలా సాగుతున్నాయి అంజనమ్మ ఆలోచనలు.

ఏ జన్మలోనో ఏదో పాపం చేశాను. అందుకే కృష్ణా! రామా! అంటూ పడి ఉండాల్సిన వయస్సులో పడరాని పాట్లు పడుతున్నాను అని లోలోపలే తెగ బాధపడుతోంది అంజనమ్మ.

ఎవరికీ తెలియకుండా ఉమ దగ్గరి నుంచి విషయం రాబట్టాలి. నా అనుమానం నిజం కాకపోవచ్చు కూడా . అదే జరిగితే ఆంజనేయస్వామి గుళ్ళో కొబ్బరికాయ కొడతాను అని మొక్కుకుంది.

మూడు రోజులు గడిచాయి. ఈ మూడు రోజులూ ఉమ ఆకలి లేదంటూనే ఉంది. అడపాదడపా వాంతి చేసుకుంటూనే ఉంది. అల్లుడు కూడా ఇంటి పట్టున ఉండడం లేదు. ఏ అర్థరాత్రో రావడం, ఉదయమే వెళ్ళిపోవడం. ఇంట్లో తిండి కూడా తినడం లేదు.

కూతురికి బాగా లేదని తెలిసీ డాక్టరుకు చూపెట్టాలనుకోలేదతను. పైగా ఏమీ పట్టనట్లున్నాడు. ఉమను పలకరించలేదు. కనీసం ఎలా ఉందని కూడా అడగడం లేదు. అదీ ఒకందుకు మంచిదేలే అనుకుంది అంజనమ్మ.

'ఒకవేళ డాక్టరు దగ్గరికి తీసుకొని పోయినపుడు తననుకున్నదే నిజమైతే ఇంకేమైనా ఉందా! దీనికి తనే ఏదైనా ఒక మార్గాన్ని ఆలోచించాలి...' ఇలా సాగుతున్న అంజనమ్మ ఆలోచనలు క్రమంగా మార్గాన్వేషణలో పడ్డాయి.

మధ్య తరగతి కుటుంబాల్లో ఏ చిన్న పొరబాటు జరిగినా అది మాయని మచ్చలా ఆ కుటుంబాన్ని ఇటు ఏడు అటు ఏడు తరాలు దెబ్బతీస్తుంది. వయసుకొచ్చిన పిల్ల వ్యామోహాలకు

లొంగిపోయి కాలు జారడం సహజం కావచ్చు. కానీ అటు కింది స్థాయి కాక ఇటు నాగరిక సమాజమూ కాక రెంటికీ చెడ్డ రేవడలాగా, అంతో ఇంతో పేరున్న కుటుంబాల్లో ఇలాంటి వాటిని తట్టుకొని నిలబడడం కష్టమే. అంజనమ్మ ఆలోచనలు సమాజ స్థితి వరకూ వెళ్తున్నాయి.

కూతురు బతికుండగా అంజనమ్మ కూతురింటికొచ్చినపుడు పక్కింటి విశాలాక్షితో తన కూతురు పార్వతికి బాగా పరిచయముండడాన్ని గమనించింది. పార్వతి విశాలాక్షి ఒకరికొకరు ప్రాణం

ఇచ్చి పుచ్చుకొనే వాళ్ళు. ఇందమ్మా పులగూరంటే ఇందమ్మా తీగూర అన్నట్లుండే వాళ్ళు అన్ని విషయాల్లోను.

పార్వతి మరణం విశాలాక్షిని కూడా కుంగదీసిందనే చెప్పాలి. అయినా పార్వతి పిల్లలను ఓదార్చడంలోను, వచ్చిన వాళ్ళను పరామర్శించడంలోను అంతా తానే అయిన విశాలాక్షి దిన కార్యాల్లో అంజనమ్మకు కుడి భుజమే అయింది. ఆ తర్వాత కూడా ఆ ఊరికి కొత్త అయిన అంజనమ్మకు మాట తోడు, చేత తోడుగా నిలిచింది. తన ఇంట్లో జరిగే ప్రతి విషయాన్ని మళ్ళీ ఇంకోసారి పార్వతితో చెప్పుకున్నట్లే విశాలాక్షితో చెప్పుకొనేది అంజనమ్మ. తనేదన్నా ఆ విషయాన్ని మళ్ళీ ఇంకొకరికి చేరవేసే లక్షణం విశాలాక్షికి లేదు. ఏ విషయాన్నైనా కడుపులో పెట్టుకోని దాచుకోగలదు.

ఉమ విషయం విశాలాక్షితో సంప్రదిస్తే ఏదైనా పరిష్కారమూ తెలియవచ్చు. తన హృదయ భారం కూడా కొంత వరకు తగ్గుతుంది అనుకొంది అంజనమ్మ. అనుకున్నదే తడువు పెరటి గోడ దగ్గర నుంచి విశాలాక్షిని పిలిచింది. పనయిపోయిందా! అని అడిగింది. చేన్లో గడ్డి తవ్వడానికి కూలి మనుషులొచ్చారని వాళ్ళకు వంట చేయాలని చెప్పిన విశాలాక్షి మధ్యాహ్నం ఒంటిగంటకు పొలానికి సంగటి పంపి తర్వాత అంజనమ్మ దగ్గరి కొచ్చింది.

ఉమ విషయాన్ని ఉన్నదున్నట్లుగా విశాలాక్షికి చెప్పి తన మనస్సులో మెదలుతున్న అనుమానాన్ని కూడా బయటపెట్టింది అంజనమ్మ.

ఆ మాట వినగానే విశాలక్షి అవాక్కయింది. ఉమకు అలా జరిగే వీలేలేదని విశాలాక్షి నమ్మకం. నోరూ వాయిలేని పిల్ల. ఏ మగవానితోనూ మాట్లాడగా చూడలేదు. తల్లి ఆరోగ్యం బాగా లేకపోవడంతో ఇంటి పనులు చేసే దిక్కులేక బడి మానేసిన ఉమ 'కడుపే కైలాసం-ఇల్లే వైకుంఠం' అన్నట్టుగా ఉంటుంది. ఇంటికి కావల్సిన నీళ్ళు తోడుకోవడానికి మాత్రం సర్కారు బావి దగ్గరికొస్తుంది. ఆ వచ్చేటప్పుడు కూడా విశాలాక్షో, ఇరుగు పొరుగు ఆడపిల్లలో తోడుంటారు.

అందుకే అంజనమ్మ అనుమానాన్ని ఒక్కమాటతో కొట్టి పారేసింది విశాలాక్షి. ఆమె మాటలతో ముసలామె అంజనమ్మ కడుపులో కుండెడంబలి పోసినట్లయింది.

విశాలాక్షి వెళ్ళిన తర్వాత ఉమను బలవంతం చేసి చారన్నం తినేట్లు చేసింది. తిని అలాగే సాయంకాలం దాకా పడుకుండి పోయింది, ఆ రాత్రి.

మర్నాడు ఉమ కొద్ది కొద్దిగా కోలుకోవడం మొదలు పెట్టింది. అంజనమ్మలో గూడు కట్టుకున్న భయం కూడా చెదిరిపోతూ వచ్చింది. ఉమ క్రమంగా లేచి తిరగడం మొదలుపెట్టింది. 'అనుమానం' పెనుభూతమని ఎంత భయమేసింది. అని మనసులో పదేపదే అనుకొంది అంజనమ్మ.

పది,పదిహేను రోజులు గడిచాయి. ఎలాంటి ప్రత్యేకతా లేకుండా రోజులు గడిచిపోతున్నాయి. ఉమ మామూలుగా ఉన్నందుకు ముసలమ్మ తెగ సంతోష పడిపోయింది.

ఉమ ఐదవ తరగతి వరకు మాత్రమే చదివింది. ఆ ఊర్లో బడి ఉన్నది అంతవరకే. ఉమ స్నేహితురాళ్ళు ఆరులో చేరతామని అన్నప్పుడు ఉమ కూడా చేరతానంది. కానీ తండ్రి ఒప్పుకోలేదు. తల్లి పార్వతి కూడా చిన్న పిల్లల్ని ఆడించడానికి తనకు చేతిసాయంగా ఉంటుందని వద్దనంది. అన్నింటికంటే
అసలు విషయం ఉమ మేనత్త కొడుకు రామ్మోహనుకు ఉమ నిచ్చి చేయాలని అది పుట్టినప్పటి నుంచి
అనుకున్నారు.

రామ్మోహన్ పెద్దగా చదువుకోలేదు అనడం కంటే చదువులో ముందుకు పోలేక పోయాడనాలి. ఏడవ తరగతి తప్పిన రామ్మోహనును వాళ్ళ నాన్న పొలం పనిలోకి దింపాడు. అందుకే ఉమను చదివించాలన్న ఆకాంక్ష ఎవరికీ లేకపోయింది. ఇక చదివింది చాలు అనగానే గంగిరెద్దులా తలవూపి ఇంట్లో ఉండిపోయింది.

అంజనమ్మ మనసులో మనసులేకుండా బాధపడే పరిస్థితి మళ్ళీ రానే వచ్చింది. ఉమ నాలుగునెలలైనా బయట ఉండే పరిస్థితి రాలేదు. నగరాల్లో అయితే దాని గురించి పట్టించుకునే వాళ్ళుండరు. కానీ పల్లెల్లో విధిగా మూడు రోజులు బయటే ఉంచుతారు. ఏ వస్తువుల్నీ ముట్టుకోనివ్వరు. ఏ పనీ చెయ్యనివ్వరు. చెప్పాలంటే ఆ మూడు రోజులే సంపూర్ణంగా ఆడవాళ్ళకు విశ్రాంతి దొరికేది.

అంజనమ్మ ఉమను అడిగి చూసింది. తనకు చెప్పకుండా ఉందేమో అని కానీ ఉమ అలాంటిదేమీ లేదంది. అంజనమ్మ మళ్ళీ విశాలాక్షిని ఆశ్రయించింది. కొంత మందికి అలా జరుగుతుందని భయపడాల్సిందేమీ లేదని దేహంలో రక్తం తక్కువయితే బలహీనత వల్ల మూడు నెలలకో, నాలుగు నెలలకో రావడం సహజమని విశాలాక్షి అంజనమ్మను ఓదార్చింది. ముఖ్యంగా ఉమ అలాంటి పిల్లకాదు కాబట్టి ఈ విషయంలో అనుమానం అవసరం లేదని మరోసారి ఖచ్చితంగా చెప్పింది.

కానీ అయిదు నెలలైనా అదే పరిస్థితి. అంజనమ్మ మనసునిండా ఆందోళన. పని మీద ధ్యాస లేదు. తిండి మీద మనసు పోవడం లేదు. ఉమనే ఒళ్ళంతా కళ్ళు చేసుకొని చూడడం మొదలు పెట్టింది.

ఉమ మొహం కూడా ముందుకంటే కళగా కన్పించసాగింది. అంజనమ్మ కళ్ళు కడుపు కూడా ఎత్తు పెరగడాన్ని గమనించింది. నిజంగా ఏదో జరిగిందని, ఎవరో తెలుసుకోవాలని ఉమను అడగాలనుకొంది. అయినా అడగడానికి మనసొప్పలేదు.

విశాలాక్షితో తన మనస్సులో మాటను చెప్పుకొని కళ్ళనీళ్ళు పెట్టుకొంది. అంజనమ్మ మాటలతో విశాలాక్షిలో కూడా అనుమాన బీజం మొలకిత్తింది.

పిల్లలందరూ స్కూలు కెళ్ళాక, రెండిండ్లలోను మగవాళ్ళు బయటకెళ్ళాక విశాలాక్షి అంజనమ్మ ఇంటి కొచ్చింది. వీధి తలుపు గడియపెట్టి వెనక వసారాలో కూర్చుని ఉమను పిలిచారు. తను ఏ స్థితిలో ఉందో, అది ఒప్పో తప్పో కూడా తెలియని అమాయకురాలైన తల్లిలేని పిల్ల ఉమను చూసి ఇద్దరూ కళ్ళనీళ్ళు పెట్టుకున్నారు.

'ఉమా నేను అడిగిందానికి జంకకుండా నిజం చెప్పు' అనింది విశాలాక్షి. ముందే ఉమతో నిజమే చెప్పేట్లు ప్రమాణం చేయించుకుంది.

'నువ్విప్పుడు వట్టి మనిషివి కావు నిజమేనా!' అనిఅడిగింది. 'అంటే' అని ప్రశ్నించింది ఉమ.

"నువ్విప్పుడు కడుపుతో ఉన్నావు. గర్భవతివి. మామూలుగా పెళ్ళయిన వాళ్ళకు కడుపొస్తుంది.

కానీ నీకు వచ్చిందంటే నీకు ఏ మగాడితో అయినా సంబంధం ఉండి ఉండాలి. చెప్పు ఉమా! ఎవరతను'

అని అడిగింది విశాలాక్షి.

అంజనమ్మ దిగాలుగా ఉమనే చూస్తోంది. ఎరవని చెప్తుందా అని ఆమె ఆరాటం. పెళ్ళికాని వాడైతే ఎలాగో ఒప్పించి వాడికే దాన్ని కట్టబెట్టొచ్చు. అంజనమ్మ ఆలోచనలు ఇలా సాగుతుండగా ఉమ నోటి నుంచి పిడుగులాంటి వార్త బయటికొచ్చింది.

మధ్యాన్నం భోజనం అయిన తర్వాత ఉమ తండ్రి మిద్దెపైన ఉన్న గదిలో విశ్రాంతి తీసుకుంటాడు. మళ్ళీ ఏ ఐదు గంటలకో లేచి మొహం కడుక్కుని పొలానికి వెళ్తాడు. ఆ టైంలో పిల్లలు స్కూల్లో ఉంటారు. అంజనమ్మ అలసిపోయి వసారాలో నడుం వాలుస్తుంది . మేలుకున్నా మోకాళ్ళ నొప్పితో బాధపడే అంజనమ్మ ఏనాడూ మిద్దె మెట్లక్కలేదు.

ఒక రోజు మంచి నీళ్ళు తెమ్మని కేకేశాడు తండ్రి పాపారావు. మంచినీళ్ళ చెంబు తీసుకొని గదిలోకి వెళ్ళి తిరిగివస్తున్న ఉమను పిలిచి పక్కన కూర్చోబెట్టుకున్న పాపారావు అమాంతం ఉమను కౌగిలిలో బంధించాడు. అరిచావంటే పీకనులిమి చంపేస్తానని బెదిరించాడు.

అయినా ఉమ స్థానంలో మరెవరున్నా ప్రాణం పోతే పోయిందని అరిచే వాళ్ళు. కానీ నోరూవాయీ లేని ఉమ ఉలుకూ పలుకూ లేకుండా తండ్రి చేస్తున్న చేష్టకు నిశ్చేష్టురాలై ఉండిపోయింది.

పొందికగా పొంకగా, అందంగా, ముద్దుగా ఉన్న ఉమ ద్వారా తన కోరిక తీరగానే ఈ విషయం ఎవరికైనా చెప్పావంటే నిన్నుకాదు నీ తమ్ముణ్ణి, చెల్లెల్ని చంపేస్తాను. రోజూ మధ్యాన్నం నేను మిద్దెపైకి రాగానే నువ్వు కాఫీ గ్లాసుతో వచ్చేయాలి. లేకుంటే అందరి ప్రాణాలు తీసేస్తా అర్థమయిందా!' అంటూ బెదిరించి హెచ్చరించి కిందకి పంపేశాడు.

లోకజ్ఞానం లేని ఉమ, వయసు ఒరవడిలో కూడా చిక్కకొని జరుగుతున్న విషయాన్ని ఎవరికీ చెప్పిన పాపానపోలేదు.

"నిన్న కూడా జరిగింది. అని అమాయకంగా అంటూ, మీకు చెప్పినాను కదా! నాయన మమ్మల్నంతా చంపేస్తాడేమో' అంటున్న ఉమ అమాయకత్వానికి నవ్వాలో ఏడ్వాలో తెలియక విశాలాక్షి గుడ్లు మిటకరించుకొని ఉమను చూస్తూ ఉండిపోయింది. చూపు ఉమపైన ఉన్నా, ఆమె ఆలోచనలు మాత్రం ఎక్కడో శూన్యంలో ఉన్నాయి.

'ఒరే పాపారావూ, నువ్వు నిజంగా పాపాత్ముడవే. వయసులో ఉన్న కన్నబిడ్డను నాశనం చేసిన కసాయి వాడివి. నీకు వేయడానికి లోకంలో ఇప్పుడున్న శిక్షలేవీ సరిపోవు' అంటూ ఆమె మనస్సు ఆక్రోశిస్తూంటే అంజనమ్మ వైపు చూసింది.

ఈ నిజాన్ని తట్టుకోలేక అంజనమ్మ ఎప్పుడు స్పృహ కోల్పోయిందో తెలియదు. కూర్చున్నట్లుగానే పక్కకు ఒరిగిపోయింది.

పరిష్కారమే లేని ఈ సమస్య గురించి ఎలా బయటపడాలో తెలియని విశాలాక్షి అంజనమ్మను పట్టుకొని ఉమతో నీళ్ళు తెమ్మని చెప్పింది.

మొహాన నీళ్ళు చిలకరించగానే అంజనమ్మ స్పృహలోకి వచ్చింది. విశాలాక్షి చేతుల్ని పట్టుకొని

బావురుమని ఏడుస్తూ ఆమె ఒడిలో వాలిపోయింది. ఆమెను ఓదారుస్తున్న విశాలాక్షికి పార్వతి

గుర్తుకొచ్చి కళ్ళలో నీళ్ళు కాలువలు గట్టాయి.

అంజనమ్మను లేపే ప్రయత్నంలో ఉన్న విశాలాక్షి ఆమె ఉలుకూ పలుకూ లేకుండా ఉండటాన్ని

చూసి భయపడింది. వెంటనే ఉమను నర్సును తీసుకురమ్మని పరిగెత్తించింది.

ఆ ఊర్లో చిన్న అసుపత్రి ఉంది. దానినానుకొని ఒక రెండుగదుల ఇల్లు కూడా ఉంది. నర్సు మస్తానమ్మ ఆ ఇంట్లోనే ఉంటుంది. ఆమె ఉదయం పది నుంచి ఒంటి గంటదాకా ఆస్పత్రిలో ఉంటుంది. ఒక్కోసారి చుట్టు పక్కలున్న పల్లెలకు వెళ్ళి వస్తుంటుంది. గురువారం మాత్రం టౌను నుంచి డాక్టరు వస్తుంటాడు.

అదృష్టవశాత్తు నర్సు ఆస్పత్రిలోనే ఉంది. ఉమ ఉరుకులు పరుగులతో వచ్చి వాళ్ళవ్వ స్పృహ తప్పి పడిపోయిందని వెంటనే రమ్మని తొందర చేసింది. ఉమా వాళ్ళున్న వీధిలోనే సంపూర్ణక్క కూడా ఉంది. జ్వరానికి మందు తీసుకోవడానికి వచ్చిన సంపూర్ణక్క 'ఏమైంది ఉమా మీయవ్వకు'

అని అడగ్గానే జరిగిన పురాణమంతా విప్పి చెప్పింది ఉమ. అక్కడున్న వాళ్ళంతా ముక్కుమీద వేలేసుకొన్నారు. వెంటనే కన్పించిన వాళ్ళకంతా ఈ వార్త అందిపోయింది. నర్సు వచ్చి ఇంజక్షనివ్వగానే ఆమె లేచికూచొంది. అప్పటికే ఇంటినిండా జనం. విశాలాక్షికి కూడా తల కొట్టేసినట్లయ్యింది.

అందరూ పాపారావును శాపనార్థాలు పెట్టడమే. అలాంటి వాడిని చంపినా పాపం లేదని చాలామంది అనుకున్నారు. వార్త పేపర్ల కెక్కింది. ఆ వార్త చదివిన ప్రతి ఒక్కరూ పాపారావును తమకు తోచిన ధోరణిలో శిక్షించాలని అనుకున్నవాళ్ళే.

పదిహేనేండ్లు దాటిపోయింది. ఇంతవరకు పాపారావును శిక్షించిన నాధుడు లేడు. పిల్లల్ని వాళ్ళ మానానికి వదిలి చిన్నకొడుకింటి కెళ్ళిన అంజనమ్మ ఆ దిగులుతోనే మంచంపట్టి ఐదు నెలలకే కన్నుమూసింది.

ఉమకు మాత్రం పాపారావు చేసిన పాపాన్ని మోయక తప్పలేదు. పుట్టిన ఆడపిల్లకు తల్లి పేరు పెట్టుకొని అపురూపంగా పెంచుకుంటోంది అమాయకురాలైన ఉమ. తమ్ముడు, చెల్లెలు హాస్టల్లో ఉండి చదువుకొని వాళ్ళదారి వాళ్ళు వెతుక్కున్నారు.

వయసులో ఉన్న చిన్న పార్వతిని చూసి ఒంటరిగా వదిలి పెట్టవద్దని, చెల్లెల్ని పెట్టినట్లే ఎక్కడైనా హాస్టల్లో పెట్టి చదివించమని సలహా ఇచ్చిందివిశాలాక్షి. ఆ విషయం తెలిసి నానాతిట్లు తిట్టి వాళ్ళచేత కూడా ఆమెకు చివాట్లు పడేట్లు చేశాడు పాపారావు.

ఇంట్లో ఉన్న తల్లీకూతుళ్లైన ఇద్దరాడవాళ్ళకు తండ్రి అయిన పాపారావు మాత్రం ఎలాంటి సిగ్గూ ఎగ్గూ లేకుండా మీసాలు మెలేస్తూ రచ్చబండ మీద కూర్చొని రాజకీయాల గురించి ఉపన్యాసాలు దంచుతూనే ఉన్నాడు.

ఆయనే ఈసారి ఎం.ఎల్.ఏ గా గెలుస్తాడని ఆ ఊళ్లో అందరూ అనుకొంటుంటే అలాంటి సమాజంలో బతుకుతున్నందుకు సిగ్గుతో చితికిపోయారు ఆ ఊరి ఆడవాళ్ళు.

సంగడి. కథా సంకలనం. శ్రీ లేఖ సాహితి
పుట: 52–59

పసుపు కుంకాలు

సిట్టి మొగుడు సచ్చిపోయినాడన్న వర్తమానం మా ఊరినంతటిని అతలాకుతలం సేసేసింది. వాళ్ళింటి దెగ్గిర అంతా ఆలగోడు బాలగోడుగా ఉంది. పట్టుమని పదైదేండ్లయినా లేని ఆ బిడ్డి బతుకు అప్పుడే తెల్లారిపోయిందా? అని యాడ్వనోళ్ళు పాపాత్ములు.

అల్లుడు సచ్చిపోయినాడని తెలిసినప్పటి నుంచి సిట్టోళ్ళమ్మ శాంతక్క నేలకంటక పోయింది. ముసిల్ది శాంతక్కోళ్ళత్త మూల కూసోని పాడి పాడి యాడస్తా ఉండాది. సిట్టోళ్ళ సెల్లి ఏడేండ్ల అమ్ములు, తమ్ముడు ఐదేండ్ల బాబిగాడు కూడా అందరూ యాడ్వడాన్ని సూసి ఏం జరిగిందో తెలియకున్నా కండ్లు నలుపుకుంటా రాగాలు తీస్తా ఉండారు.

పక్కింటి పుల్లారెడ్డి కూతురు పాపక్క జనం మద్దిలో నుంచి సొచ్చుకొనిచ్చి అమ్ములు పక్క నిలబడింది. అంతే అమ్ములు సూపు పాపక్క కట్టుకోనున్ని అంచుపావడ మింద బడింది. ఏడుపు మర్సిపోయి సిల్కా కాదా అని బొటిమినేలు సూపుడు ఏలుతో నలిపి నలిపి సూడబట్టింది.

బాయిదెగ్గర్నుంచి సిట్టోళ్ళ నాయిన సుబ్బయ్య మామ ఉరుకులు పరుగులతో ఇంట్లో కొచ్చినాడు. మొగుణ్ణి సూడంగానే ఏడుపును తట్టుకోలేక ఆయన కాళ్ళ మింద పడిపోయింది శాంతక్క. సుబ్బయ్య మామ గూడా పెద్ద గొంతుతో ఆడదాని మాదిరిగా యాడస్తా శాంతక్కను బట్టుకొని ఆడే కూలబడిపోయినాడు.

సిట్టికి పెండ్లయి ఏడు నెలలయింది. అప్పుడే మొగుడు బొయినాడు.

'ఆట్లాడుకొనే వొయిసులో దానికి పెండ్లి చేసి అత్తగారింటికి పంపించినామమ్మా. అప్పుడే దాని నొసటి కుంకుం సెదిరిపోవాలా. బతికినంత కాలం దాని మొగం సూసుకుంటూ ఎట్లా ఉండేదమ్మా' అని శాంతక్క దు:ఖపోతా ఉండాది. శాంతక్కోళ్ళత్త రాజమ్మ లేచి నడవలేని దానిలా దేక్కుంటా శాంత దెగ్గరికొచ్చింది. 'ఊరుకో తల్లీ దాని రాతట్లా ఏడ్సింది' అని యాడస్తా శాంతక్కను ఓదార్చబోయింది.

'నువ్వే పసిబిడ్డని కూడా లేకుండా పెండ్లి సేసేదాకా ఒంటి కాలి మీద నిలబడితివి' అంటా నిష్ఠూరాలాడింది శాంతక్క. అయినా ముసలామికి దుఃఖం పొంగుకొనిచ్చిందే కాని కోడలి మింద కోపం రాలేదు. కోడల్ని కొడుకును వాటేసుకొని యాడ్వబట్టింది.

'ఇట్లా ఎంత సేపని యాడస్తా కూసుంటారు. ఏడిస్తే పోయినోల్లేమన్నా తిరిగొచ్చేదుందా? లెయ్యండి, లేసి అయ్యేపని జూడండి' అంటా వాళ్ళ ముగ్గుర్నీ ఇడగీసింది నడీది సుందరమ్మత్త.

సిట్టోళ్ళూరు మా ఊరికి పన్నెండు మైళ్ళదూరంలో ఉంది. సిత్తూరికి పొయ్యి బస్సు మారాల్సిందే. ఆ ఊరికి సిత్తూరు నుంచి దినానికి మూడు సార్లు మాత్రమే బస్సుంది. ఒగట్టిన్నర బస్సు పొయ్యిందంటే మళ్ళీ సాయంత్రం నాలుగ్గంటల్కి గానీ బస్సు లేదు. ఆ విసయాన్ని గూడా సుందరమ్మత్తే గుర్తు చేసింది. అప్పుడే మా ఊర్నించి సిత్తూరికి పొయ్యే బస్సు కూడా పూడ్సింది. అందుకు బండ్లు సిద్ధం జెయ్యమని నడుపబ్బని పంపించినాడు నర్సిం పెద్దనాయిన.

ఊరి అండబిడ్డికి కష్టమొచ్చిందంటే ఓర్సుకోనే శక్తి ఎవురికి మాత్రం ఉంటాంది. అందుకే పిల్లాపీసు, ముసలీముతక తప్ప అందరూ బయల్దేరినారు. ఐదుబండ్లు నిండిపోయినాయి. బండ్లనొగల మింద కూడా జనం కూలబడ్డారు.

బండ్లు సిత్తూరికి బొయ్యేపాటికి పొద్దు నడినెత్తిమింది కొచ్చింది. ఎవుర్నో టైమడిగితే ఒంటిగంటా పది నిమసాలైందనినారు. ఈ లోపల అమ్మగారు తీసుకుపోవాల్సిన సాంగ్యం శానా ఉండాది. ఎగవింటి నర్సిం పెదనాయిన, కురపోళ్ళ గోయిందన్న పోయి ఆ వొస్తువులన్నీ తీసుకోనొచ్చినారు. దుడ్లు పెదనాయినే ఇచ్చినాడు.

బస్సు నిండా సావుకు బొయ్యేవాళ్ళే. బస్సు నిలిపిన సోటల్లా ఎక్కేవోళ్ళేగాని దిగే నాదుడు కన్పించలేదు. అందరూ సావుకోసం వొచ్చినోళ్ళే. కాలు బెట్నూ సందులేకుండా నిండిపోయింది బస్సు.

బస్సు ఊరి మొగదలలోకి పొయ్యే పాటికి పీనిగి పలకలు ఇన్పించినాయి. అంతే శాంతక్క గొంతెత్తు కొనింది. దాంతో బస్సంతా ఏడ్పులతో నిండిపోయింది. బస్సును దినాము నిలిపేసోట కాకుండా సావింటి దెగ్గరికే తీసుకొని పొమ్మనినారెవురో. డ్రైవరన్న కూడా నోరెత్తకుండా ఆడికే తీసుకొని బోయినాడు. బస్సు నిలిపిన సోట్నించి కూతేటు దూరంలో ఉంది సిట్టోళ్ళిల్లు.

బస్సు ఆరనిని అమ్మగారింట్లోళ్ళొచ్చినారని అప్పుడే పీనిగిని సూసిబోయి నోళ్ళు కూడా ఇండ్లుకాదునోళ్లంతా మళ్ళీ పరిగెత్తుకొచ్చినారు. పీనిగి సుట్టూ వున్నోళ్ళు గొల్లుమన్నారు. బస్సులో వొచ్చినోళ్ళు బొయి వాళ్ళ మింద బడినారు. శాంతబోయి సిట్టెమ్మను పట్టుకోని యాడస్తా ఉంటే ఒకరొకరే పోయి వాళ్ళను పట్టుకోని యాడ్వడం మొదులు బెట్నారు.

పుట్నింటోళ్లొచ్చినారని పలుకలుగొట్టేవోళ్ళు కూడా ఇంకొంచెం గెట్టింగా కొట్టడం మొదలు పెట్రి. ఆ శబ్దాలిని వీళ్లింకా గెట్టింగా యాడ్వబట్రి.

పెద్దేడుపులనగారడానికి సుమారు ఇరవై నిమిసాలు పట్టింది. ఒగొకరే ఏడుపు తగ్గించేసినారు. సిట్టి, వాళ్ళవ్వ, అమ్మ మాత్రం ఇంకా గెట్టింగానే యాడస్తాఉండిరి.

సుందరమ్మత్తొచ్చి సిట్టిని, వాళ్ళమ్మను ఇడదీసింది. 'ఇంక సాలిస్తావా లేదా? నువ్వే అట్లేడిస్తే పసిబిడ్డి అదేం గావాలా? బాదుంటాది. లేదని సెప్పను. నిదానించుకోవాల. అందరూ పోయ్యేటోళ్ళమే. మనమేమన్నా శాశ్వతంగా ఈడే గూటం గొట్టుకోని ఉండబోతామా? ఎవరికి

తీరిపోతే వాళ్ళు దోవబట్టుకోని పోవాల్సిందే.' అని శాంతక్కను ఓదారుస్తా అవునా? కాదా? అని ఆడుండే వాళ్ళ పక్కకు సూసింది.

'బాగా సెప్పినావు. పోయినోళ్ళు కూసానేట్లయితే అందురూ కొట్టుకొని యాడస్తాము. ఎంతేడ్సినా పోయినోళ్ళు రాబోరు' అంటా వత్తాసు పలికిందొకామె.

శాంతక్క ఏడుపు కూడా క్రమంగా తగ్గింది. సిట్టెమ్మ కూడా మౌనంగా రోదిస్తా ఉండిపోయింది. వాళ్ళత్త మాత్రం ఇంకా మెల్లింగా రాగాలు తీస్తానే ఉండాది.

దినకార్యాలయినాక శాంతక్క కూతుర్ని పుట్టింటికి తీసకపోతాననింది. కానీ సిట్టెమ్మోళ్ళత్త మునెమ్మ వొద్దంటే వొద్దని కాళ్ళు బట్టుకొనేంత పని జేసింది.

'ఉన్ని నాకొడుకొక్కడూ మంటిపాలై పొయినాడు. కూతురైనా కోడలైనా నాకింకెవరుండారు. దాన్ని నేను పువ్వుల్లో బెట్టి సూసుకుంటాను. పిల్సక పొయ్యే ఆలోచన మాత్రం సెయ్యొద్దొదినా' అని మునెమ్మత్త శాంతక్క సేతులు బట్టుకొని బతిమలాడింది.

కొడుకు బోయిన దుఃఖంలో ఉన్న మున్నెమ్మను ఇంకా ఏడ్పించడం మంచిదిగాదని సిట్టెమ్మను అణ్ణే వొదలినారు. కొన్నాళ్ళయినాక ఆలోసించు కోవచ్చునుకున్నారంతా.

పెండ్లియినాక సిట్టికి యాడలేని పెద్దరికమొచ్చేసింది. పెండ్లంటే ఏమో తెలుసుకొనింది. పెండ్లాం ఎట్లా ఉండాలో తెలుసుకొనింది. అత్తిల్లే తనకు శాశ్వతమని కూడా తెలుసుకొనింది. ఇంత జ్ఞానాన్ని నూరిపోసిందెవురోకాదు. పుట్నూర్లో సిట్టోళ్లింటి ముసల్ది.

'అత్త దుఃఖం నా దుఃఖం ఒగటే. కన్న కొడుక్కోసం ఆయమ్మేడిస్తే కట్టుకున్నోడి కోసం నేనేడస్తా ఉండా. ఇద్దురూ ఒకరికొకరు ఓదార్పు. నాకు మాయమ్మ, నాయనమ్మ, అవ్వ, తాత, అప్పజెల్లెళ్ళు, అన్నదమ్ముడు అందురూ ఉండారు . వీళ్ళకు నేనే దిక్కు అని ఆలోసించిన సిట్టి అత్తింట్లోనే ఉండిపోవడానికి నిర్ణయించుకునింది.

మూడో నెల్లో పుట్నింట్లో నిద్ర జేయడానికని వాళ్ళ నాయినొచ్చి సిట్టెమ్మను పిల్సుకో పోయినాడు.

మంచంలో గూటం మాదిరి పండుకోనుండిన ముసలాయన్ని 'బాగుండావా తాతా'అని పలకరించింది సిట్టి. మాటలు రాని ఆయన కండ్లలో నీళ్ళు కాల్వలు గట్టినాయి. పక్కకు తిరిగిన సిట్టికి పసుపుకుంకాలతో కలకలలాడతావున్ని వాళ్ళవ్వ కాపీ గలాసుదెచ్చి సేతికిచ్చింది.

అత్తగారింటి నుంచి సిట్టివొచ్చిందని తెలిసి పరిగెత్తుకోనొచ్చినారు సిట్టి సావాసగత్తెలు. వాళ్ళంతా పుట్టిబుద్దెరిగి నప్పటినుంచి సిట్టితో కలిసి ఆడుకొన్నోళ్ళు. వాళ్ళను సూసి సిట్టి మౌనంగా రోదిస్తా ఉండాది. పక్కింటి శ్యామల వాళ్ళను కూసోమనంగానే వాళ్ళు కండ్లు తుడ్సుకొని సిట్టి దెగ్గరిగా వొచ్చి కూసున్నారు. అపుడే పెల్లోనుంచొచ్చిన సిట్టోళ్ళమ్మ వాళ్ళను సూసి నీ సావాసగత్తెలంతా ఇంకా సదువుకుంటా ఉంటే నీ బతుకు ఈ వొయుసుకే ఇట్లా అయిపోయిందే నా తల్లీ' అని పాడి పాడి యాడ్వ బట్టింది శాంతక్క.

★★★★

సిట్టి ఇంకా ఎనిమిదో తరగతి సదవతా ఉండాది. వాళ్ళ తాత పక్షవాత మొచ్చి మంచంలో బడుండాడు. వాళ్ళవ్వ సేతయ్యాగాక వాళ్ళ తాతకు సేవలు జేస్తా ముసిలోడి కొచ్చిన గతికి వగస్తా ఉండాది. ఒకరోజు ఉన్నట్లుండి ఆ ముసలామె తన మొగుడు మనమరాలి పెండ్లి సూడకుండానే సచ్చేట్టుండాడని దిగులు పడిపోయింది.

అంతే సిట్టి పెండ్లి జేయమని కొడుకుతో సతపోరడం మొదలు బెట్టింది. ఆ బిడ్డకేంది 'మా ఇప్పుడు పెండ్లి చేసేది. అదింకా సదువుకుంటా ఉండాదికదా!' అని కొడుకు ఎంత సెప్పినా ఆ ముసల్ది ఇనలేదు. 'మీ నాయిన నీ కూతురి పెండ్లి సూసేది నీకిష్టం లేదులే!' అని నిష్టూరమాడింది.

మాటపలూకూలేని ముసలాయన సేత సిట్టి పెండ్లి సూడాలనుందా? అని అడిగి కళ్ళతోనే 'ఊ' అనే సమాధానాన్ని రాబట్టింది ముసల్ది.

“పెద్ద కొడుకులు, కోడండ్లు అమ్మ నాయన్ను కాదనుకుంటే, అయ్యో! అని ఆదరించినందుకు మంచి శాస్తే జరిగిందిలే ' అని మొగుణ్ణి దెప్పిపొడిసింది శాంత.

ముసల్దాన్ని తక్కువగా అంచనా ఎయ్యడానికి వీల్లేదు. అందితే జుట్టు అందకుంటే కాళ్ళూ పట్టుకునే రకం. శాంత మెతక తనం చూసి ఇంట్లో చక్రం తిప్పిన బంటు. తాను ఏదనుకుంటే అది జరిగి తీరాల్సిందేనని మొండి పట్టుదల ఒకటి.

అందుకే 'సూస్తాంలే' అని తల్లి కోరికకు తటస్థంగా సమాధానం చెప్పిన కొడుకు మాటల్ని అంగీకారంగా తీసుకునింది ముసల్ది.

ఏలు దూర్చడానికి సందిస్తే కాలు దూర్సినట్లు సిట్టికి పెండ్లి కొడుకును ఎదకడానికి మొదలు పెట్టింది ముసలామె.

ఎద్దుల యాపారం సేసే కాశబ్బింటికి పోయి మనవరాలికి మొగుణ్ణి సూసి పెట్టమని సెప్పొచ్చింది.

శుక్రారం ఐరాల సంతకు పొయినప్పుడు కాశబ్బ రెడ్డి వారి పల్లి నుంచి సంబంధాన్ని ఏకంగా కాయం జేసుకోనొచ్చినాడు. ఎద్దులు కొనడానికొచ్చిన గురుమూర్తిని సూడంగానే ఆయబ్బకు కొడుకులుండారన్న ఇసయం గుర్తొంచింది. కాశబ్బ ఈ మాట ఆ మాట మాట్లాడి సిట్టి సంగతి గురుమూర్తి సెవిలో ఏసినాడు.

గురుమూర్తి పెండ్లాం మున్నెమ్మ పెండ్లయిన నాటి నుంచి ఇంట్లో పని సేసుకుంటా బాయికాడికి, కూలోళ్ళకు సద్దీ సంగటీ తీసుకోని పోలేక సతమతమవుతా ఉండాది.

పదిపెయిలయి సేద్దిం పనిలో మాత్రం మొనగాడనిపించుకున్న కొడుక్కు ఇంకా ఇరవై గూడా నిండలేదు. అయినా కోడలొస్తే సేదోడు వాదోడుగా ఉంటాదని మొగునితో దినాము వాడికి పెండ్లి సేస్తామని అడుక్కుంటా ఉండాది.

ఆయమ్మకు పొట్లం మాదిరున్న పిల్ల నచ్చింది. ఆ పిల్ల సెలాకీతనం నచ్చింది. కొంచెం గిత్తగా ఉందని కొడుకనినపుడు " మునక్కాడ మాదిరిగా పెరిగినోళ్ళు ఎందుకూ పనికిరారురా. పొట్టోళ్ళకు పుట్టెడు బుద్ధులని తెలివి తేటల్లోనే కాదు, పని పాటల్లో కూడా పొట్టేల్లే ఎత్తినోళ్ళురా' అని కొడుకుకు నచ్చజెప్పి ఒప్పించింది.

కాశబ్బ మధ్యవర్తిత్వంలో పెండ్లి సంబంధం ఖరారయిపోయింది. సిట్టి 'నేనప్పుడే పెండ్లి సేసుకో"నని ఏడ్చింది. ముసిల్ది మనమరాల్ని దగ్గిరకూసో బెట్టుకోని బుద్దీ మద్దీ సెప్పింది. తన మెళ్ళో ఉన్న కాంచికాయల పూసలదండ మనమరాలు మెడలో ఏసింది. 'నేను సచ్చినాక నా సెవుల్లో ఉండేఉండే కమ్మలు, మెడలోని పుస్తెలతాడు కూడా నీకే" అని మాటిచ్చింది. పెండ్లి సీర కూడా నీకే అని ఇప్పుడే తీసుకొని నీ పెట్టిలో పెట్టుకోమనింది.

సిట్టి కూడా సదువు సందెల్లో అంతంత మాత్రంగా ఉండాది. క్యారీరు తీసుకొని స్నేహితురాండ్లతో ఆడుకుంటా పాడుకుంటా సిత్తూరి స్కూలుకు పోవడం రావడం కులాసాగానే ఉంది. గానీ ఇంగ్లీషు, హిందీ పాఠాలు ఏ మాత్రం మింగుడు పడడం లేదు. అందుకే ఆరో తరగతి రెండేండ్లు సదవాల్సొచ్చింది. ఏడులో లెక్కలు కూడా తలకు మించిన బారంగా ఉండాది. అందుకే మొదట పెండ్లి వద్దని మారాం సేసినా లెక్కలు, ఇంగ్లీషు గుర్తుకు రాగానే పెండ్లి సేసుకోవడమే సుకమనిపించింది.

అయినా సిట్టి పెండ్లికొడుకును సూల్లేదు. వాళ్ళు సుట్టం సూపుగా ఇంటికొచ్చినారు గాని పెండ్లి సూపులని సెప్పలేదు. సూపుల కొచ్చినారని ఇంట్లో వాళ్ళక్కూడా తెలీదు, ఒక్క రాజమ్మకు తప్ప. ముందే దూరపు బంధుత్వముండాది సూడ్డానికొచ్చినారనుకున్నారు.

రాజమ్మ వచ్చిన వాళ్ళకు నీళ్ళు తెచ్చియ్యమని సిట్టినే పిల్సింది. అట్లా పెండ్లికొడుకు, కాబోయే అత్త సిట్టిని సూసుకొన్నారు. కానీ సిట్టి మాత్రం వాళ్ళను మొగమెత్తి సూల్లేదు.

'ఒసే మునెమ్మా, ఇది నా మనమరాలు అని ముసలామి మునెమ్మతో అన్నెప్పుడు మాత్రం ఆయమ్మను సిట్టి ఒకసారి కళ్ళెత్తి సూసి లోపలికి పొయ్యేసింది. వాళ్లొచ్చినేలకు శాంత పొయికిందకి సెరుకు పిప్పి తేవడం కోసం తట్టదీస్కోని బాయికాడికి పోయింది. ముసల్ది వొచ్చినోళ్ళతో మాట్లాడతానే పక్కకుపోయి పక్కింటి పిలగాన్ని బాయికాడికి తరిమింది.

శాంత రాంగానే పలకరింపులైనాక వాళ్ళత్త శాంతను పక్కకు పిలిచి శెనగపిండి కలిపి బోండాలు చెయ్యమనింది. సిట్టిని తెచ్చియ్యమందామనుకొనింది ముసల్ది, కానీ ఆ బిడ్డెప్పుడో పక్కింటి మానిక్కెమ్మ సింతసిగురు కోసం పోతా ఉంటే పావడెగజెక్కుకోని పోయి సింత సెట్టెక్కింది. వొచ్చినోళ్ళు బోండాలు తిని, కాపీలు తాగేసి పొద్దు పోతుందని పయనమైనారు.

పెండ్లి కొడుకును సూడాలని గాని, అసలు అత్తింటి వాళ్ళెవరని గాని, ఏ ఊరనిగాని తెల్సుకోవాలనే ఆలోచన కూడా సిట్టికి రాలేదు.

పెండ్లికి పులిగోరు కమ్మలు కొనియ్యమని, అంచుపావడ, నైలాన్ దావిని కుట్టించమని, కాళ్ళకు ఎండి సైనాలు కూడా తీసియమని వాళ్ళమ్మను పెరక్క తినేసింది.

పెండ్లి చేసుకుంటా పావడా దానికెందుకే మంచి కోక దీసుకోక అని వాళ్ళవ్వ గదమాయించింది. నీలవేణి జోలార్పేటోని దెగ్గర నారపట్టు అంచుపావడ కొనుకున్నప్పట్నుంచి సిట్టికి కూడా అట్లాంటి పావడ ఎత్తుకోవాలని ఉండాది. ఆ కోరికిప్పుడు బయట పెట్టింది. వాళ్ళవ్వ గదురుకున్నా చిన్న పిల్ల పెండ్లయితే మాత్రం పావడా పైట లేసుకుంటే ఏం బోయిందని వాళ్ళమ్మ కుట్టించింది.

సిట్టి అడిగిన పులిగోరు కమ్మలతో పాటు కొనిచ్చిన తెల్లరాళ్ళ లద్దుకమ్మలు, మూడు రాళ్ళ ముక్కుపుల్ల, మామిడి పిందెల నక్లీసు, కాళ్ళ గొలుసులు, ఏలికి మేనత్త దెచ్చిన ఉంగ్రం చూసి, సావాసగత్తెలకు సూపించి మురిసిపోయింది సిట్టి.

ఇరువైపుల పెద్దమనుషులు పెండ్లి సీరలు తేవడానికి కంచికి పోయినారు. అప్పుడు మాత్రం శాంతతో పాటు తానూ కంచికొస్తానని మారాం సేసింది సిట్టి. కానీ వాళ్ళమ్మ ఒప్పుకోలేదు. పెండ్లికొడుకోళ్ళు కొనిచ్చిన మూర్తం చీర, మైమూర్తం సీరతో పాటు శాంత కూడా కూతురికి ఒక పట్టు సీర కొనింది. కట్టుడు సీరలు నైలాన్వి రొండు, పుల్వాయిల్ సీరొకటి, గోంగునార సీరొకటి కొనింది.

ఇవన్నీ సూసి సిట్టి ఉబ్బి తబ్బిబ్బయి పోయింది. అన్నింటికంటే సరిగగళ్ళతో తళతళలాడి పోతావున్ని సిమెంట్ రంగు నారసీర ఆ బిడ్డకి బాగా నచ్చింది. పెండ్లప్పుడు అదే కట్టుకుంటానని గొడవ సేసింది కూడా.

బెల్లం మండీలో పదైదువేలు అప్పు దెచ్చి పెండ్లి గనంగానే జరిపించినాడు వాళ్ళనాయన. ఇంటి ముందర పచ్చనాకులతో ఏసిన పెండ్లి పందిట్లో మంచం మీద పడుకోబెట్టిన ముసిలోని సమచ్చంలో సిట్టెమ్మ పెండ్లి సిలకమ్మ పెండ్లి మాదిరిగా జరిగిపోయింది.

మూడు తిరుగుళ్ళైనాక మూడో నెలలో పంపిస్తానని శాంత కూతుర్ని తనింట్లోనే నిలుపుకునింది. అప్పుడు కూడా పెండ్లి కొడుకును గురించిన ఆలోచన లేదు సిట్టికి. పక్కన కూసోమంటే కూసునింది. తాళిబొట్టు కడితే కట్టించుకొనింది. ఇంట్లో కొచ్చినాక ఇద్దర్నీ నట్టింట్లో కూసోబెట్టి పాలు, పండ్లు ఇచ్చినారు. పెండ్లి కొడుకు కొంచెం కొరుక్కొని తినిన ఎంగిలరిటిపండును పెండ్లికూతురిని తినమన్నారు. చీః అనింది సిట్టి. తినాల్సిందేనని సుట్టూ ఉన్న అమ్మలక్కలు సేప్తే తినింది. ఆయబ్బోడు తాగిన ఎంగిలి పాలను తాగమంటే తాగింది.

మరివేలికి పదారు ఎద్దులు బండ్లు కట్టినారు ఊర్లోవాళ్ళు. శానామందే బయల్దేరినారు. అదంతా శానా కుశాలుగా ఉందా బిడ్డకి. కొత్త సీరలు కట్టించడం, నగలు బెట్టడం, అందరూ తననే బాగా సూసుకోవడం సిట్టికి సంబరంగాఉండాది.

మరివేలిలో పెండ్లికొడుకోళ్ళు అయిదు పొట్టేళ్ళను కొట్టినారు. యాటకూరతో భోజనం సేస్తా బుర్రెమికి కావాలని అడిగి ఏపించుకొనింది సిట్టి.

'నీ పెండ్లానికి రోజుకో యాట కొట్టి బుర్రెమికులు గుండ్రాయితో పగలగొట్టి మూలిగలు నోట్లో బెట్టి సాకురాబ్బా' అని ఎవరో పెండ్లి కొడుకుతో ఎగతాళిగా అంటే ఆయబ్బోడు సిగ్గు పడినాడు. కాని సిట్టి మాత్రం బంతిలో కూచుని తింటా బుర్రెమికను సీక్కుంటా ఆ మాటలనిన వ్యక్తిని తలెత్తి సూసింది గాని ఆ మాటల్ని సెవికెక్కించుకోనూ లేదు, తనను గురించే అంటా ఉండారనీ
అనుకోలేదు.

శాంతక్కోళ్ళది పెంకుటిల్లు. మున్నెమ్మోళ్ళది మిద్దిల్లు. సిట్టోళ్ళమ్మోలూరిలో నీలవేణి వాళ్ళది కూడా మిద్దిల్లే. ఆ మిద్ది పైన కూర్చొని ఆడపాదడపా స్నేయితురాండ్లు అచ్చనరాళ్ళు, వామన గుంటలు ఆడుకోనేటోళ్ళు. మాకు మిద్దిల్లుంటే ఎంత బాగుణ్ణు అనుకొనేది సిట్టి. మిద్ది పైనుంచి సింత తోప్నీ, ఎద్దుల్నీ, ఊర్లో పొరాడే మనుసుల్ని సూడొచ్చని సిట్టి ఆశ.

ఇప్పుడు మునెమ్మ వాళ్ళ మిద్దిల్లు సూసినాక ఇది తనకు కూడా సొంతమే అనే ఆలోచన రాలేదు సిట్టికి. మాకు కూడా ఇట్లాంటి మిద్దిల్లుంటే ఎంత బాగుణ్ణు అనుకుంది మనసులో.

పందిరికి నాటిన గూటాల్ని పట్టుకొని సుట్టూ పిలకాయిలు అప్పాలు దిరగతావుంటే సిట్టి కూడా వాళ్ళతో కలిసిపోయింది. వాళ్ళు మిద్దె పైకి పరిగెత్తితే తాను కూడా పరిగెత్తింది. కానీ అలవాటులేని సీర అడ్డు పడడంతో రాళ్ళు తట్టుకొని మెట్లపై నుంచి జారి కింద పడిపోయింది. అందరూ పరిగెత్తికోనిచ్చి సిట్టి సూట్టూ సేరినారు. నెత్తి బొప్పి కట్టింది. మోసెయ్యి కొంచెం రాసుకోని పోయింది. దానిపైన సిటికెడు పసుపు దెచ్చి మెత్తించినారు.

సుట్టాలిండ్లలో విందు భోజనాలూ అవీ అయిపోయినాక సిట్టి పుట్నింట్లోనే ఉండిపోయింది. అది ఈడేరేదాకా పంపించనని శాంత ఎంత సెప్పినా మున్నెమ్మ అడపాదడపా సెరుగ్గానిగాడతా ఉండారని, శెనిక్కాయిలు వొడపాలని, మడినాట్లని సిట్టిని పంపించమని సెప్పి పంపడం, ఆ పిల్ల పోనని మొరాయించడం ,అత్తింటికి పోక తప్పదని ఇరుగింటోళ్ళతో, పొరుగింటోళ్ళతో బుద్దీ మద్దీ సెప్పించి పంపించడం జరగతా ఉండేది.

మొదటిసారి ఎవరూ తోడులేకుండా వొదలి పెట్టి వొచ్చినప్పుడు రొండు నాళ్ళకే వాళ్ళ మామ వొచ్చి వొదిలిపెట్టి పోయినాడు.

రొండోసారి ఇంకొంచం గెట్టిగానే సెప్పి పంపించింది శాంతక్క. ఈసారి స్కూళ్ళకు లీవులివ్వడంతో అమ్ముల్ని కూడా పంపించింది. ఇంట్లో అత్తమ్మ సేసే పనిని అందుకోని సెయ్యి. గిన్నా సెంబులు తోమడం, చెత్తోయడం నీపనే అని సెప్పింది శాంతక్క. అయినా సిట్టి వాళ్ళత్త సెప్తేగానీ ఏ పనీ సెయ్యడం లేదు.

ఒకనాడు గానిక్కాడి నుంచి అలిసిసొలసి ఇంటికొచ్చిన సెంద్రం నీళ్ళు పోసుకుంటా వుంటే అన్నం వంచాతావున్ని మునెమ్మ. 'పాపా! సిట్టీ నీ మొగుడికి ఈపు రుద్దిరాబో' అనింది పోసుకోనేది కూడా అయిపోతాది పో ఈపు రుద్దిరాబో అని మళ్ళీ చెప్పింది. సిట్టి పొయ్యి పెల్లిదెగ్గిరే నిలబడింది. సెంద్రం నీళ్ళు పోసుకోని బైటికొచ్చి నిలబడిన సిట్టిని సూసినాడు. 'ఏం సిట్టి బాగుండావా? అని మొదటిసారి మాట్లాడించినాడు.

బాగుండానని తలకాయాడించిందిసిట్టి. 'అత్తమ్మ నీకు ఈపు రుద్ది రమ్మనిందే అని గొణిగింది. "నీళ్ళు పోసుకో నొచ్చేసినాను కదా! అన్నాడు

వారం తిరక్కనే శాంతక్క పోయి ఇద్దరు కూతుళ్ళను ఎంటబెట్టుకో నొచ్చింది.

పెండ్లయిన రెండు నెలలకు సిట్టి ఈడేరిన విషయం తెలిసి అత్త పలహారాలు, పసుపు కుంకాలు, పండ్లూ పూలతో వచ్చి రొండు దినాలుండి కోడలి ముచ్చట్లు సూసుకొని పోయింది.

మూడు నెలలు ముగిసీ ముగియంగానే మంచి రోజు చూసి సిట్టిని పంపించమని సెప్పి పంపించింది మునెమ్మ.

శాంతక్క 'ఒకేసారి ఉగాది సాంగ్యంతో పంపిస్తామని సెప్పిరాబో' అని మొగుణ్ణి పంపించింది.

ఉగాది రానే వొచ్చింది. లడ్డు మిక్చర్ చేసి రొండు స్టీలు బిందెల్లో, రొండు ప్లాస్టిక్ మూత బకెట్లలో నింపింది. నిలువండా, పెద్దా అండా, గిన్నెగట్రా, చిన్న చిన్న సామానులు, రొండు దూది పరువులు, రొండు దుబుటీలు ఏ లోటు లేకుండా అల్లుడికి, కూతురికి కొత్త గుడ్డలెత్తిచ్చి సిట్టితోపాటు మేనత్తను, అమ్మల్ని తోడిచ్చి పంపించింది. సిట్టోళ్ళ నాయిన సిత్తూరి దాకా తోడు బోయి ఊర్లో సాంగ్యం పంచడానికి రొండు గెలల అంటిపండ్లు, ఇరవైమూర్ల పూలూ కొనిచ్చి వాళ్ళను బస్సెక్కించి వొచ్చినాడు.

సిట్టి కాపురానికి పోయి తొమ్మిది నెలలు మాత్రమే అయింది. అమాయికంగా ఉండే సిట్టి ఇప్పుడు ఆరిందాలా తయారైంది. ఇంతలోనే పెద్ద ఉపద్ర ముంచుకొనొచ్చింది.

సెరుకు దోటకు నీళ్ళు కడ్తావున్ని సెంద్రాన్ని నాగుపాము కాటేసింది. భయంతో ఇంటికొచ్చి వాళ్ళమ్మ నాయిన్లకు సెప్పినాడు. నిమిసాల మింద ఇసం తలకెక్కింది. పాము మంత్రం ఏసే ఈరన్నకు కబురు బెట్యారు. ఆయన ఊర్లోలేదని పోయిన మనిసి తిరిగొచ్చి సావుకబురు సల్లంగా జెప్పినాడు. సిత్తూరులో డాక్టరుకున్నా సూపిస్తామని ఎద్దులబండి కట్యారు. అప్పటికే సెంద్రం నోట్లోంచి నురగలొస్తా ఉండాయి. బండి ఊరి మొగదలకు పోంగనే సెంద్రం పానాలు గాల్లో కలిసిపోయినాయి.

కొడుకు పోయిన దుక్కంలో ఉన్న మునెమ్మను జూసి సిట్టి గెట్టి నిర్ణయమే తీసుకునింది. ఆరు నూరైనా ఆగ్రారం పాడైనా అత్తింట్లోనే ఉండిపోతానని తెగేసి సెప్పింది.

మూడో నెల్లో నిద్రజేసి రావడానికి సిట్టిని పుట్నింటోళ్ళు తీస్కపోయినారు.

ఏ తాత కోసమైతే సిట్టి పెండ్లి జేసినారో ఆ ముసలాయిన గూటం మాదిరిగా మంచంలో బతికే ఉండాడు. మనవరాల్ని సూసిన ఆయన కండ్లలోంచి కన్నీటిబొట్లు పెల్లుబికి పక్కలకు జారి సెవుల దెగ్గర నిలబడిపోయినాయి. సిట్టి పక్కఉన్న సౌకాన్ని సేతిలోకి తీసుకొని 'యాడ్వద్దు తాతా ' అన్నట్లుగా కన్నీటిని తుడిసింది.

సచ్చే ముందు మొగుడు మనవరాలి పెండ్లి సూడాలని అందుర్నీ వొప్పించి సిట్టి మెళ్లో మూడు ముళ్ళేయించిన ముసలామె మొగం మాత్రం పసుపు కుంకాలతో నిండుగా ఉండాది.

ఒకప్పుడు తెల్లారంగానే లేసినపుడు ఎప్పుడూ సిట్టిమొగం సూసేది.

ఇప్పుడు తెల్లారంగానే ఎక్కడ ముందు పసుపుకుంకాల్లేని సిట్టిమొగం సూడాల్సొస్తుందోనని ముందు జాగ్రత్తలు తీసుకొంటానే ఉండాది ముసలమ్మ రాజమ్మ.

నవ్య వారపత్రిక

శ్రీకంజము. కథాసంకలనం. శ్రీలేఖ సాహితి.

పాణి గ్రహణం

రాత్రంతా నిద్రపట్టక అటూ ఇటూ పొర్లుతూనే ఉంది పవిత్ర. రోజూ అందరి కంటే ముందే లేచేది. స్నానం చేశాక మిగిలిన రూమ్మేట్స్ ఇద్దరినీ తట్టి లేపేది. ఈ రోజు పవిత్ర మెలకువ వచ్చినా కళ్ళు తెరవలేదు. పరుపు మీద నుంచి లేవనూ లేదు.

ఇంతలో పక్కరూంలో ఉండే వినీల వచ్చి గది గడపలో నిలబడి 'పవిత్రా విజిటర్స్" అని కేకేసింది. ఇంత ఉదయాన్నే నా కోసం వచ్చే విజిటర్స్ ఎవరా? అన్న ఆలోచనతో కదలకుండా పడుకున్న పవిత్రను చూసి వినీల మంచం దగ్గరి కొచ్చింది. 'ఏయ్ పవిత్రా, నీకు విజిటర్స్ అటనే' అని కుదిపింది.

అప్పుడే నిద్రలేస్తున్నట్లు కళ్ళు నులుముకుంటూ పవిత్ర లేచి కూచోవడాన్ని, చూసి వినీల వచ్చిన పని అయిపోయిందన్నట్లు వెళ్ళిపోయింది. మంచం మీద కూచొనే పక్క మంచాల్ని పరికించింది పవిత్ర. శ్రావణి ఇంకా ముసుగుతన్ని పడుకోనే ఉంది. కీర్తి బాత్రూంలో ఉన్నట్లు అలికిడి విన్పిస్తూ ఉంది.

పవిత్ర గదిలో మూలకున్న సింక్ లో నోరు పుక్కిలించింది. మొహాన్ని చన్నీళ్ళతో కడిగి తుడుచుకుంది. తలను పైపైన దువ్వుకుని, జడను సరిచేసుకొని విజిటర్స్ హాలు వైపు నడిచింది.

హాలుకున్న గ్రిల్స్ గేటు దగ్గర వాచ్మెన్ పక్కీరయ్య నిలబడి ఉన్నాడు. పవిత్రను చూసి రెండడుగులు ముందుకేసిన పక్కీరయ్య. 'శశాంక్ సార్ మిమ్మల్ని వీలైనంత తొందరగా డిపార్టుమెంటు దగ్గరికి రమ్మన్నారమ్మా' అని చెప్పి సమాధానం కోసమన్నట్లుగా నిలబడ్డాడు.

పక్కీరయ్య నోట్లో మాట పూర్తికాకుండానే శశాంక్ పేరు విన్న పవిత్రకుగుండెలు లబ్ డబ్మని కొట్టుకోవడం మొదలైంది. అతని నోట్లో మాట పూర్తికాగానే ఒళ్ళంతా పులకించినట్లయి నిలబడలేకపోయింది. తడబడే నాలుకతో 'వస్తానని చెప్పు పక్కీరయ్యా' అని ఒక క్షణమైనా నిలబడక రూం వైపు పరుగు తీసింది.

కీర్తి బాత్రూంలో నుంచి విన్నది కాబోలు పవిత్రను చూసి 'ఎవరే విజటర్స్' అని అడిగింది.

'మా డిపార్టుమెంట్ దగ్గర ఉండే వాచ్మెన్ లే' అని మరో ప్రశ్నకు అవకాశమివ్వకుండా బాత్రూంలో దూరి తలుపేసుకుంది పవిత్ర.

కీర్తి, వాచ్మెన్ అనగానే ఏదో డబ్బులకోసం వచ్చి ఉంటాడులే అనుకొంది.

ఐదు నిముషాల్లో ఏకంగా స్నానం కూడా ముగించి అక్కడే లోపల బాత్రుంలో ముందురోజు ఉతికి ఆరేసిన నైటీ వేసుకొని బయటికొచ్చిన పవిత్ర 'కీర్తీ, పూలామె వచ్చుంటుంది, నాలుగు మూరలు తీసుకోవే. మళ్ళీ వెళ్ళి పోతుందేమో?" అని ఇరవై రూపాయల నోటు కీర్తి చేతిలో పెట్టింది.

కీర్తి పూలు కొనుక్కొని వచ్చేసరికి పవిత్ర చీర కట్టుకుంటూ ఉంది. అప్పటికే తలదువ్వుకుంది. ఎప్పటిలాగానే మెరూన్ కలర్ కుంకుమ బొట్టు గుండీ వెడల్పుతో పవిత్ర నుదుటి మీద మెరుస్తూ ఉంది. కుడిచేతి నిండా వేసుకున్న మెరూన్ కలర్ గాజులు చీర కుచ్చిళ్ళు పెట్టుకొంటుంటే చిరు సవ్వడి చేస్తున్నాయి.

'ఎక్కడికే ఇంతగా తయారవుతున్నావు' కీర్తి అడగకుండా ఉండలేక పోయింది. మెరూన్ కలర్ టస్సర్ సిల్కు చీరలో బాపు బొమ్మలా కళకళలాడుతున్న పవిత్ర జడలో రెండు మూరల పూలు తుంచి తెచ్చి పక్క పిన్నుతో జడలో అమర్చింది కీర్తి.

తన ప్రశ్నకు సమాధానం చెప్పకనే చెప్పులేసుకుంటూ 'మీరు టిఫిన్ తినేసి నాకు రూంలోకి తెచ్చిపెట్టండే' అంటూ హడావిడిగా వెళ్ళిపోతున్న పవిత్రను వెనకనుంచి కళ్ళప్పగించి చూస్తూ ఉండిపోయింది కీర్తి.

డిపార్టుమెంటు పోర్టికోలో ఎదురుచూస్తూ నిల్చున్న పక్కీరయ్య 'సార్ రూంలో ఉన్నారమ్మా' అన్నాడు.

శశాంక్ రూంలోకి అడుగుపెట్టిన పవిత్ర శరీరమంతా సంతోషం కరెంటు ప్రసరించినంత వేగంగా అలముకొంది.

పవిత్రను చూసిన శశాంక్ మొహంలో చిరునవ్వు. అతని ముందర టేబుల్ పైన కొత్తదనంతో నిగనిగ మెరిసిపోతున్న టేప్ రికార్డర్.

అయినా ఏమీ తెలియనట్లు 'ఏంటండి పిలిచారట ' అంది గాంభీర్యాన్ని మొహం మీద పులుముకుని పవిత్ర.

సమాధానంగా శశాంక్ ఒకసారి వాచీ చూసుకొని చూపుల్ని టేప్ రికార్డర్ వైపు మళ్ళించాడు.

'ఎనిమిది గంటల లోపల టేప్ రికార్డర్ వాళ్ళకు చూపాలిగా' మళ్ళీ మాట్లాడుకుందాం. తీసుకెళ్ళండి' అన్నాడు శశాంక్.

తన గెలుపు కోసం అతను పడుతున్న తాపత్రయాన్ని గమనించిన పవిత్ర తలమునకలైన సంతోషంతో ఆర్తిని, కృతజ్ఞతను మిళితం చేసి వణుకుతున్న గొంతుతో థ్యాంక్సండీ' అంది. 'మోస్ట్ వెల్కమ్' అంటూ శశాంక్ తన స్వహస్తాలతో టేప్ రికార్డర్ను పవిత్ర చేతిలో పెడుతూ 'కంగ్రాట్స్' అన్నాడు. మళ్ళీ థ్యాంక్స్ అంటూ పవిత్ర ముసిముసి నవ్వులతో అంతులేని ఆనందంతో తడబడే అడుగులతో హాస్టలు బయలుదేరింది.

ఇద్దరి మధ్యా ఆ విధమైన సయోధ్యను కాంక్షించిన పక్కీరయ్య 'ఇటు తెండమ్మా' అంటూ టేప్ రికార్డర్ను హాస్టల్ వరకు తెచ్చిచ్చాడు.

ఆ టేప్ రికార్డర్ తో రూంలో అడుగుపెడుతున్న పవిత్రను చూసి కీర్తి నోరెళ్ళ బెట్టింది. పవిత్ర చూపుడు వేలును నోటిపై ఉంచి ఏమీ మాట్లాడకు అన్నట్లు సైగ చేసింది.

ఎవరు చెప్పారోగానీ పక్క రూముల్లో నుంచి వినీల, గాయత్రి, నీలవేణి పరిగెత్తుకుంటూ వచ్చి కంగ్రాట్సు చెప్పబోతుంటే మళ్ళీ మాట్లాడకండని చూపుడు వేలుతో సైగ చేసింది పవిత్ర.

వాళ్ళు వచ్చి మంచం మీద కూర్చున్నారు. శ్రావణి 'ఎక్కడ?' అంటూ శబ్దం రాకుండా నోరు మెదపుతూ బొటనవేలు పైకెత్తి పిడికిలి ముడిచి ప్రశ్నించింది వినీల.

బాత్రూంలో బకెట్లో నీళ్ళు పడ్తున్న శబ్దాన్ని గమనించి అటువైపు చూసి రెండు భుజాల పైన నీళ్ళను పొంపుకున్నట్లు సైగ చేస్తూ, మళ్ళీ తనే క్వశ్చన్ మార్కు మొగం పెట్టి కీర్తి వైపు చూసింది.

'అవును' అన్నట్లుగా తలాడించింది కీర్తి.

శ్రావణి స్నానం చేసి బయటికి రాగానే అందరూ చుట్టుముట్టి కంగ్రాట్స్ చెప్పారు. శ్రావణికి అర్థం కాలేదు. నాలుగు రోజుల ముందు చేసుకున్న ఒడంబడిక శ్రావణికి బొత్తిగా గుర్తులేదు.

'ఎందుకే నాకు కంగ్రాట్సు చెబుతున్నారు?' అని ప్రశ్నార్థకంగా మొహం పెట్టింది.

'ఎందుకో చెప్పుకో చూద్దాం' అని రెట్టించింది నీలవేణి.

'ఏమోనబ్బా?' అని పెదవి విరిచింది శ్రావణి.

పవిత్ర ఏమాత్రం మొహంలో భావాల్ని బయట పడనీయకుండా జాగ్రత్త పడినా హృదయంలోని అనుభూతి పెల్లుబికి పైకి ఎగదన్నుకొని వస్తుంటే ఆపుకోవడానికి విఫల ప్రయత్నం చేస్తూ కూచుంది.

“చెప్పండే ఏం జరిగిందో” కుతూహలం ఆపుకోలేక అడిగింది శ్రావణి.

'ట్ట ట్టడా ...” అంటూ వినీల మంచం కింద ఉన్న టేపురికార్డర్ను తీసుకొని డాన్సు చేస్తూ శ్రావణి ముందు కొచ్చింది కీర్తి.

హాయ్, చూశావా నేనే గెలిచాను, అంటూ తనే వచ్చి పవిత్ర చేతినిబట్టి ఊపేసింది శ్రావణి.

ఇంతకూ గెలుపెవరిది? గాయత్రి అడిగింది.

ఆ మాటతో వినీల హంస నడకలతో పవిత్రను సమీపించి దాని తరపున నిలబడి 'నేనోడి నీవే గెలిచి నీ గెలుపు నాదని తలచి .– రాగాలు రంజిలు రోజున రాజీ రమ్మంటి' అంటూ ఘంటసాల పాడిన పాటను గానంచేస్తూ డాన్సూచేస్తూ శ్రావణి దగ్గరికి వెళ్ళి దాని బుగ్గలు నిమిరింది.

'ఇంతకూ పార్టీ ఎప్పుడిప్పించుకుందామో చెప్పండే' అంది కీర్తి. 'అవునే పార్టీ ఎప్పుడిస్తావే? రెట్టించింది శ్రావణి.

'ఈ రోజు షాపింగ్ డే కదా! మళ్ళీ పోస్ట్ పోన్ చెయ్యకండి. ఈ రోజే ఇప్పించుకుందాం. ఏమే పవిత్రా? ఈ రోజే ఇస్తావ్ కదా! ' అడిగింది శ్రావణి.

'ఇదేందే గెలిచింది నువ్వు, పార్టీ ఇచ్చేది నేనా ?' ముదిపెంగా అంది పవిత్ర.

ఈ గెలుపు మాత్రం నీదేలే. అందరూ ఏకాభిప్రాయాన్ని వ్యక్తం చేశారు ఐదు నిమిషాల చర్చ తర్వాత.

'ఓయమ్మో! శశాంక్ ఎంత నంగనాచి తుంగబుర్ర మాదిరుంటాడే. మూసిన ముత్యం పాసిన పగడం లాగా బయటపడడు కానీ నువ్వంటే అతనికి ప్రేమలేందే ఇంత పని చేస్తాడా!' వినీల అంది.

పవిత్రకు శశాంక్ పైన అప రిమితమైన అభిమానం. యూనివర్సిటీలో లెక్చరర్గా చేరి మూడేండ్లయింది. అతని చదువూ సామంతా అక్కడే సాగింది.

పవిత్ర అదే డిపార్టుమెంటులో కొత్తగా చేరిన లెక్చరర్, ఇద్దరిదీ ఒకే కులం. ఆర్థిక స్థితిగతుల్లో కూడా ఇద్దరి స్థాయి ఒక్కటే. అందుకే స్కావెంజర్ మొదలుకొని వైస్ చాన్సలర్ దాకా వాళ్ళిద్దరూ పెండ్లి చేసుకుంటారనే అనుకుంటుంటారు. కాని శశాంక్ ఎప్పుడూ పవిత్ర అంటే తనకు ఇష్టమున్నట్లు బయటపడలేదు. పైగా ఎవరైనా సంబంధాల గురించి చెప్తే పెళ్ళిచూపులకు వెళ్ళి చూసి వస్తుంటాడు. అందువల్ల శశాంక్ కు పవిత్ర అంటే ఇష్టం లేదేమో! అనిపిస్తుంది. ఒకరోజు పవిత్ర వాళ్ళరూంలో దీని గురించే చర్చ సాగింది. 'నువ్వంటే అతనికిష్టం. కానీ బయటపడడు' అన్నది శ్రావణి వాదన. కీర్తి వినీల కూడా ఆ వాదననే బలపరిచారు.

'అలాంటిదేమీ లేదని' పవిత్ర వాదన.

'నీ మీద ప్రేమ ఉందో లేదో తేల్చేస్తానుండు' అంది శ్రావణి.

'ఎలా తేలుస్తావ్' అడిగింది నీలవేణి. శ్రావణి చెప్పిన పథకం ప్రకారం 'మీరు ఫలానా రోజున ఎనిమిది గంటల లోపల టేప్ రికార్డర్ కొనుక్కొచ్చి పవిత్రకు ప్రజంట్ చెయ్యకపోతే హాస్టల్లో దాని పరువు గంగలో కలిసిపోతుంది' అని వినీల శశాంక్ చెవిలో ఊదింది. దాని పర్యవసానమే ఇది.

★★★★

టేప్ రికార్డర్ అనుకున్న సమయంలోపల తెచ్చిచ్చి దాని పరువు నిలబెట్టిన తర్వాత పవిత్రకు శశాంక్ పైన ఉన్న ప్రేమ రెట్టింపయింది. ఎప్పటికైనా అతనినే పెళ్ళి చేసుకోవాలని తనలో తాను నిర్ణయించుకుంది కూడా. ఫలితంగా ఇంట్లోవాళ్ళు ఎన్ని సంబంధాలు చూసినా ససేమిరా ఒప్పుకోలేదు. ఒకటి రెండుసార్లు ఇంట్లో వాళ్ళు పెళ్ళిచూపులు ఏర్పాటుచేసి రమ్మన్నా వెళ్ళలేదు.

'దాన్ని చదివించి తప్పుచేశార'ని పవిత్ర తల్లి శ్యామల అడపాదడపా భర్తతో పోట్లాడుతూనే ఉంది.

రెండేండ్లు గడిచిపోయాయి. శశాంక్ లో పవిత్ర విషయంగా ఎలాంటి చలనం లేదు. ముందు ఎలా ఉండేవాడో టేప్ రికార్డర్ ప్రజెంట్ చేసిన తర్వాత కూడా అలాగే ఉండసాగాడు. అలాంటి వాడు ఒక రోజు పవిత్ర గుండెలు బద్దలయే వార్త తెచ్చాడు.

విద్యార్థులకు సంవత్సరాంత పరీక్షలైపోయాయి. ఆ రోజే లాస్ట్ వర్కింగ్ డే. డిపార్ట్మెంట్లో శశాంక్, పవిత్ర, మరో లెక్చరర్ ఆనంద్ ఒకే గదిలో కూచుంటారు. పవిత్ర సీటుకు అడ్డంగా ఒక వుడెన్ స్క్రీన్ ఉంటుంది. ఏమీ పని లేకపోవడంతో ఊరికెళ్ళాలంటూ ఆనంద్ తొందరగా వెళ్ళిపోయాడు, ఆ మరునాటి నుంచి వేసవి సెలవులు కావడంతో.

ఈసారి సెలవుల్లో తన పెళ్ళి చేయడం ఖాయం అనుకొంటూ పవిత్ర దిగాలుగా బీరువాలో పుస్తకాలు సర్దుకొంటోంది.

'రావచ్చాండి' అడిగాడు శశాంక్ పవిత్ర టేబుల్ను సమీపిస్తూ.

పుస్తకాల బీరువా తలుపుల్ని దగ్గరికేసి 'రండి కూచోండి' అంటూ శశాంక్ కూచున్న తర్వాత తనూ కూర్చుంది.

'చెప్పండి' అంది పవిత్ర.

రెండు నిముషాల మౌనం తర్వాత నోరువిప్పాడు శశాంక్. 'నెక్స్ట్ మంత్ నా పెళ్లండి. మీరు తప్పకుండా రావాలి' అన్నాడు.

ఆ మాటతో పవిత్ర కట్టుకున్న ఆశల సౌధం పూర్తిగా కుప్పకూలి పోయింది. శరీరమంతా బాధ ఆవరించుకొంది. గుండె కొట్టుకోవడం ఆగిపోతుందేమో! అన్పించింది పవిత్రకు. లేని శక్తిని కూడగట్టుకొని 'కంగ్రాట్స్ అంది.

శశాంక్ మొహంలో కూడా గాంభీర్యం చోటుచేసుకుంది. అతని మొహం చూడడానికే పవిత్రకు ధైర్యం లేదు. ప్రపంచంలో ఉన్న అవమానమంతా తనకే జరిగినట్లు ఫీలింగ్. అభిమానంతో కుంచించుకుపోయింది పవిత్ర.

వెంటనే తనను ఆటపట్టించే నేస్తాలు గుర్తొచ్చారు. వాళ్ళ మనసుల్లో ఏముందో కాని వీళ్ళిద్దరికి పెళ్ళి కావాలని పదేపదే వాళ్ళ ఆకాంక్షను బయట పెట్టేవారు. హాస్టల్లో వర్కర్లు సైతం అడపాదడపా పవిత్ర దగ్గర శశాంక్ ప్రసక్తి తెచ్చేవాళ్ళు. అతన్ని తెగ పొగిడేవాళ్ళు. వాళ్ళలా పొగుడుతుంటే పవిత్ర చెవుల్లో అమృతం పోసినట్లుండేది. ఒక్కసారిగా శశాంక్ తన పెళ్ళి వార్త తెచ్చేసరికి క్షణంలో ఆ విషయాలన్నీ పవిత్ర మనసులో మెదలాయి.

కానీ ఏమాత్రం తన మనసులోని భావాల్ని బయట పడనీయకుండా జాగ్రత్త పడుతూ 'ఎపుడు? ఎక్కడ?' అడిగింది రాని చిరునవ్వు పెదవులమీదకు తెచ్చుకొని.

'నెక్స్ట్ మంత్లోనే గద్వాల్లో' అన్నాడు శశాంక్.

'అయ్యో! నెక్స్ట్ మంతా.. సెలవులు కదా!' అంది రాలేనని చెప్పడానికి ఉపోద్ఘాతంగా.

'మీరు రాకుంటే మాత్రం ఊరుకోను. ఎట్టి పరిస్థితుల్లోను మీరు వచ్చి తీరాల్సిందే' అన్నాడు మొండికేస్తున్నట్లుగా శశాంక్.

'రావాలనే ఉంటుందండీ సెలవులు కదా!' సెలవులైనా, ఇంకేమైనా, మీరు హిమాలయాల్లో ఉన్నా తప్పకుండా రావాల్సిందే. అన్నాడు ఎంతో అభిమానంతో.

పవిత్ర ఆలోచనలు మరో మార్గాన్ని పట్టాయి. తన మీద జాలితో ఈ మాత్రమైనా సంతృప్తిని మిగల్చాలని కాబోలు! ఇంతగా పిలుస్తున్నాడు అనుకొంది మనసులో.

'మౌనం అర్ధాంగీకారమంటారు. నేనది ఒప్పుకోను. పెళ్ళికి వస్తున్నట్లు'

'మీ పూర్తి అంగీకారం నాకిప్పుడు కావాలి' ఖచ్చితంగా అన్నాడు.

'వస్తానులెండి' అంది నవ్వుతూ.

'వస్తాను లెండి అంటే కుదరదు. తప్పకుండా వస్తాను అనండి'.

'మీరింతగా పిలుస్తున్నారు కదా! వస్తాను లెండి.' అంది పవిత్ర.

మనసులో ఆవరించుకున్న నిస్పృహ కారణంగా నోట్లో మాట పెగలడం చాలా కష్టంగా ఉన్నట్లనిపించింది పవిత్రకు. పవిత్ర మొహం మీద పరుచుకున్న నైరాశ్యం శశాంక్ కు స్పష్టంగా కన్పిస్తూంది.

'అసలు మీరు రాకపోతే నేను పెళ్ళే చేసుకోను' అన్నాడు బుంగమూతితో మళ్ళీ రెట్టిస్తూ.

ఏం ఓవరాక్షన్ చేస్తున్నాడు అనుకొంది మనసులో పవిత్ర. వదలకుండా ఒకే విషయాన్ని సాగదీస్తుంటే విసుగ్గా కూడా ఉంది. తనకు శశాంక్ కు మధ్య ఏదైనా బంధముంటే అది ఈనాటితో తెగిపోయింది. ఇంకా తనతో ఆడుకోవడమెందుకు? అనుకొంది బాధగా. తను వెళ్ళకపోతే అతడు పెళ్ళే చేసుకోడట! అబ్బ ఏమి అభిమానం ఒలకబోస్తున్నాడు! అని తిట్టుకొంది లోలోపలే.

'తప్పకుండా వస్తానండి అంది' తొందరగా అతనిని వదిలించుకోవాలని రూంకెళ్ళి ఒంటరిగా మనసారా ఏడ్వాలని ఉంది పవిత్రకు. 'ఏదీ ఇంకోసారి చెప్పండి' అడిగాడు.

'తప్పకుండా వస్తానండీ. కాకపోతే గద్వాల్‌కు నేనెప్పుడూ రాలేదు. ఒక్కదాన్నే రాలేను. మా చెల్లెల్ని కూడా తీసుకొస్తాను. మీరేమీ అనుకోనంటే' అంది. అలా అంటే నమ్మకం కుదిరి వదిలిపెడతాడని.

'ఒక్క మీ చెల్లెలేమిటి? బంధుమిత్ర సకుటుంబ సపరివారంగా మీరు వచ్చి తీరాల్సిందే" అన్నాడు. ఆ మాట మనస్ఫూర్తిగా అంటున్నట్లు శశాంక్ మొహం చూస్తే ఎవరికైనా తెలుస్తుంది.

'ఎంతో ఉదారంగా మీరు పిలుస్తున్నందుకు చాలా సంతోషమండీ. మీరింతగా పిలుస్తున్నందుకు మా బంధువులెందుగ్గాని, మా చెల్లెల్ని మాత్రం తోడు తెచ్చుకుంటాను." అంది.

మనసులో మాత్రం నా బొంద నీ పెళ్ళికి నేను రావడమేంటి? వీలైతే ఉద్యోగం కూడా వదిలిపెట్టి నీ మొహం చూసే వీల్లేకుండా దూరంగా వెళ్ళిపోతాను గాని అనుకొంది. ఎందుకో తనపైన తనకే జాలిగా ఉంది.

'బంధువులు కూడా రావల్సిందేనండీ' మళ్ళీ అన్నాడు.

'సరేలెండి" అంది పవిత్ర, అతని పీడ తొందరగా వదిలించుకోవాలని.

'నిజంగానా?' అన్నాడు.

'నిజంగా' అంది.

'ప్రామిస్' అన్నాడు.

'ప్రామిస్' అంది తలమీద చెయ్యిపెట్టుకొని.

'అట్లా కాదు. నా చేతిలో చెయ్యేసి తప్పకుండా వస్తానని చెప్పండి. మీరు వస్తేనే, లేకుంటే నా పెళ్ళి ఆగిపోతుంది. చూడండి' అరచేతిని ముందుకు చాచి చిరునవ్వుతో అన్నాడు.

శశాంక్ వైఖరికి 'పిల్లికి చెలగాటం ఎలుకకు ప్రాణ సంకటం' అంటే ఇదే కాబోలనుకుంది పవిత్ర.

'ప్రామిస్ వస్తానంటున్నా కదా!' అంది నచ్చజెప్పే ధోరణిలో.

'కాదు నా చేతిలో చెయ్యేసి ప్రామిస్ చేస్తే తప్ప నేను నమ్మను' అన్నాడు, శశాంక్ తన చేతిని మరింత ముందుకు చాపి.

వదిలేట్లు లేదనుకుంది పవిత్ర. విధి లేక 'ప్రామిస్' అంటూ అతని కొనవేళ్ళను తాకింది.

అంతే శశాంక్ ఆమె చేతిని గట్టిగా పట్టుకున్నాడు. పవిత్ర అయోమయంలో పడిపోయి చేతిని వదిలించుకోవాలనే ప్రయత్నం ముమ్మరంగా చేసింది. కోపంతో ఆమె మొహం ఎర్రబడింది. కానీ శశాంక్ పట్టు నుంచి చేతిని వదిలించుకోలేక పోయింది.

కోపంతో గుర్రున చూస్తున్న పవిత్ర కళ్ళలోకి సూటిగా రెచ్చగొట్టేట్లు చూస్తూ, పవిత్ర చేతిని పట్టుకున్న చేతిని వదలకనే కాస్త కదిలించి 'దీన్నేమంటారు' అన్నాడు కళ్ళతో నవ్వుతూ. ఒక క్షణం పవిత్రకు అర్థంకాలేదు. మరోక్షణం ఆలోచించింది.

అంతే పవిత్ర శరీరం పులకరించిపోయింది. మొహంలో తన జీవితంలో ఎపుడూ ఎదురు చూడనంత ఆనందం తాండవమాడింది.

గట్టిగా పట్టుకున్న శశాంక్ చేతిని బలవంతంగా వెనక్కి తీసుకొని అతని అరచేతిలో 'ప్రామిస్ తప్పకుండా వస్తాను' అని చేతిలో తట్టి మధ్యలో గిచ్చింది. ఇద్దరూ ఒకరి కళ్ళల్లోకి ఒకరు చూసుకుంటూ మనసారా నవ్వుకున్నారు.

అహం

బస్సు చాలా రద్దీగా ఉంది. వేలూరు నుంచి కర్నూలుకు వెళ్ళే ప్రైవేటు బస్సు అది. సీట్లలో ఎంతమంది కూర్చున్నారో అంతకంటే ఎక్కువ మంది స్టాండింగ్లో ఉన్నారు.

వేలూరులో ఎక్కి చిత్తూరులో దిగేవాళ్ళు, అక్కడ నుండి బంగారుపాళ్యం వెళ్ళేవాళ్ళు, బంగారుపాళ్యం నుండి పలమనేరులో దిగేవాళ్ళు. దూరం వెళ్ళే బస్సయినా చిన్న పల్లెలు కాక ఓ మోస్తరుగా ఉండే ఊర్లకు ప్యాసింజర్లను చేరవేసి వాళ్ళ ఉదారత్వాన్ని చాటుకోవడమే గాక సంపాదనను పెంచుకోవడం ఆ బస్సు ఓనర్లకు తెలుసు.

బస్సు పలమనేరు చేరింది. అక్కడ కొంత మంది దిగిపోయారు. అంతకంటే ఎక్కువ మందే బస్సు ఎక్కారు. చాలా మంది నిల్చొని ఉన్నారు. 'సర్దుకొండి ఇంకొంచం వెనక్కి జరగండి' అంటూ కండక్టరు అందర్నీ సర్దుతున్నాడు. బస్సు ముందురున్న చప్టాను కూడ వదలలేదు, అది నేమ్ బోర్డు కింద ఉంది .అక్కడ ముగ్గురు సర్దుకొని కూచోనున్నారు.

అప్పుడెక్కింది ఒక ముస్లిం వనిత తన మూడేళ్ళ వయసున్న ముద్దుల పాపతో. చప్టామీద కూచున్న ఒకతను లేచి ఆమెకు సీటిచ్చాడు. అతను పుంగనూరుకు వెళ్తున్నాడు.

బస్టాండ్ నుంచి బయలుదేరిన బస్సు ముస్లిం స్త్రీ కోరిక మేర టౌను చివర వచ్చి ఆగింది. ఐదు నిముషాలు పైగానే ఆగింది. బస్సు కండక్టరు టికెట్లు కొడుతున్నందుకు ఆపారనుకున్నారు వెళుతున్న వాళ్ళు. 'ఏరమ్మా ఎవరో వస్తారని ఆపమన్నావు. ఒచ్చినాడా?' అడిగాడు డ్రైవర్.

'వస్తాడు సార్' . మొహంలో ఆందోళన.

'ఎవరు రావాలమ్మా' సీటిచ్చినతను అడిగాడు.

'నాకీ భర్త రావాలండి. ఇక్కడ అంగట్లో ఏదో చిన్న పనుందని సీట్లకోసం మమల్ని అక్కడికీ పంపించినాడు.' అంది బస్సులోంచి బయటకు చూస్తూ. అతను అయిదు నిముషాలైనా రాకపోయే సరికి బస్సులో వాళ్ళు ఒక్కొక్కరు ఒక్కోమాట అనడం మొదలు పెట్టారు.

'ఇంతసేపు పనుండేవాడు తర్వాతి బస్సులో రాకూడదా?' చుట్టూఉన్న వాళ్ళ నుద్దేశించి అన్నాడొకాయన.

'తర్వాతి బస్సెందుకు ? సొంత కార్లో అయితే ఊరూరి కాడ ఆపేసి ఓపికున్నంత సేపు చూసుకోవచ్చు కదా!' వ్యంగ్యంగా అంటూ తన మాటలకు తనే నవ్వాడొకతను.

'సూడమ్మా మీ ఆయనొస్తా ఉండాడేమో!' సీటిచ్చినతను అన్నాడు. అందరిలోనూ అసహనం. కండక్టరు టికెట్లు కొడుతూ ముందుకొచ్చాడు. బస్సును పోనివ్వమన్నట్టుగా విజిల్

ఊదాడు.

'ఆయమ్మ భర్త రావాలంట' కారు ప్రసక్తి తెచ్చినతను.

ఆమె మొహంలో ఆందోళన, భర్తపైన కోపం రెండూ కలిసి పోయి కన్పించాయి.

లేవడానికి వీల్లేనంతగా ఇరుక్కుపోయిందామె. కాలుపెట్టుకోవడానికి జానెడు సందు మాత్రమే ఉంది. అక్కడి నుంచి బానేట్ పక్కగా అడ్డంగా పొడువుగా ఉండే సీటు మొదలైంది.

కండక్టరుతో 'ఏమయ్యా కండక్ట్రూ పొద్దంతా ఈడే ఎల్లమారుత్తావా ఏమి?' విసుక్కున్నాడొకాయన.

'అసలే సీట్లు లేవు. నిలబడీ నిలబడీ కాళ్ళు పీకతా ఉండాయి.' అంది ఒక మధ్యవయస్కురాలు.

ఆ ముస్లిం వనిత లేవడానికి ప్రయత్నించింది. వీలుకాక పోవడంతో ఆ ప్రయత్నాన్ని విరమించుకొంది. తలసాచి నిలబడ్డ వాళ్ళ సందుల్లోంచి బస్సు బయటికి చూపు సారించి, కనుచూపుమేర పరిశీలించింది. ఎక్కడా భర్త జాడలేదు.ఆమె మొహంలో ఎవరేమంటారోనన్న భయం కొట్టొచ్చినట్లు కన్పిస్తూ ఉంది.

ఇంతలో ఎవరో 'నువ్వు దిగమ్మా' ఆయన రాడుగాని. దిగి నిదానంగా ఇంకో బస్సులో రాండి.' అని సలహా ఇచ్చాడు.

నిలబడిఉన్న మనుషుల్ని తోసుకుంటూ సందుల్లో దూరి వెనక వైపు నుంచి ముందుకు వస్తున్నాయన 'సీటు పెట్టలేదా?' అన్నాడు దబాయింపుగా ఆమె వైపు గుర్రుగా చూస్తూ.

ఆ గొంతు వినగానే ఆమె మొగంలో సంతోషం వెల్లివిరిసింది. అందరిలోను కదలిక వచ్చింది. 'డ్రైవరన్నా ఇంక పోనీ' అంది చిరాకునంతా మొహంలో చిందిస్తూ ఇందాక కాళ్ళు పీకుతున్నాయన్నామె.

మరో ఇద్దరికి టికెట్లిచ్చి కానీ కండక్టరు రైట్ చెప్పలేదు. టికెట్లు కొడుతూనే ఇంకా ఎవరైనా ఎక్కుతారేమోనని చుట్టూ పరికిస్తున్నాడు.

ఆలస్యంగా వచ్చినందుకు వాళ్ళాయన్ని దులిపేస్తుంది కాబోలు! అనుకుంటూ ఆమెనే గమనిస్తున్నది మొదటి సీట్లో కూర్చున్న కస్తూరి.

మొగుడికి సీటు లేనందుకు బాధపడుతూ పిల్లనెత్తి వొళ్ళ ఇరికించుకుంది, ఆ స్థలంలో కూర్చోమన్నట్లుగా.

ఇందాక సీటిచ్చినాయన ఊరుకుంటాడా? ఈ పక్కనున్న ఇంకో పిల్లోన్ని ఆమెవైపు జరగమని అతను ఆ సీట్లో ఇరుక్కున్నాడు.

దాంతో ఆమె మొగుడు అవమానం జరిగిపోయినట్లు ఫీలయిపోయాడు. 'నా కోసం పెట్టిన సీట్లో నువ్వు కుచ్చుంటావేమయ్యా' అన్నాడు. అతను ఏమీ మాట్లాడలేదు.

'ఇందాక ఆయన లేస్తేనే మీ వాళ్ళు కూచున్నారు' అనింది మధ్య వయస్సావిడ. దాంతో సీటు పెట్టనందుకు భార్యను నిర్దాక్షిణ్యంగా తిట్టడం మొదలు పెట్టాడు.

"పదైదు రూపాయి లిచ్చి ఆటో ఎక్కించి పంపించింది ఎందుకు?" అన్నాడు చిటపట్లాడుతూ భార్యతో. 'అనవసరంగా పదైదు రూపాయలు ఖర్చయింది. అదుంటే పిల్ల తినడానికి అరటిపండ్లన్నా వొచ్చేవి. బస్టాండుకు పొయిందానివి సీటు పెట్టుకోకుండా ఏమి సేస్తా ఉంటివి' అని గుడ్లురిమాడు.

ఆమె మొగం ఉక్రోషంతో కందగడ్డలా ఉబ్బిపోయింది. లేటు చేసి అందరితోను మాటలన్పించి నందుకు తనే తిట్టాల్సింది. అలాంటిది తనకే తిట్లా?

తనెక్కేపాటికే సీట్లు లేవు. ఏదో ఈ పుణ్యాత్ముడు ఆడమనిషని దయతలచి సీటిచ్చాడు. అసలదేమన్నా మనుషులు కూచొనే సీటా ? బస్సు లోపల ముందు భాగంలో నేమ్ బోర్డు కిందున్న చప్టా ఇది. దీని మింద కూచ్చోవడమే కష్టం. పైగా పిల్లని ఒళ్లో పెట్టుకుని ఇబ్బంది పడ్తా ఉండేది ఈయనకు కన్పించలేదా? మనస్సులో బాధపడతా ఉందామె. పరిపరి విధాలుగా ఆలోచిస్తున్న ఆమె మనసులో అన్యాయంగా భర్త తనను తప్పు పట్టి నలుగురి ముందు నిలదీస్తుంటే తన మనసులో పరంపరగా ప్రశ్నలు పుట్టుకొస్తున్నా పెదవి విప్పి భర్తనడగలేదు. పైగా ఆ మహాసాధ్వి ఇంకా తిట్లు తింటూనే ఉంది. నేను మాట్లాడితే ఇంకేమైనా ఉందా ? బస్సులో అందరికి వినబడేట్లు బండబూతులు తిట్టి ఆగం చెయ్యడూ? చిన్నదానికి, పెద్దదానికి చెయ్యికూడా చేసుకొనే రకం, అనుకుంటూ మౌనంగా తిట్లను భరిస్తూ ఉండిపోయింది. అది అతనికింకా కోపాన్ని తెప్పించింది.

ఉక్రోషంగా, "నువ్వు కూసుంటే సాలా?" అన్నాడు కొంతసేపు మౌనంగా ఉండినవాడు.

'ఇంక సాలించయ్యా. నువ్వు లేటుగా వొచ్చింది గాక సీటు పుట్టలేదని ఆయమ్మనంటావు. అసలాయమ్మకే సీటు లేకుంటే నాయల్లుడు రామాంజి లేచి సీటిచ్చినాడు.' అన్నాడు పొడుగు సీట్లో కూచున్న ఓ పెద్దాయన.

ఆమె తరఫున మాట్లాడంగానే ఆయమ్మ కండ్లలో నీళ్ళు కమ్ముకోనొచ్చాయి.

"నా పెండ్లానికి అనుకుంటే నీకీ పొడుసుకోనొచ్చిందేమి?" అని పెద్దాయన మింద పడ్డాడతను. దాంతో బస్సులో ముందు వైపున్న వాళ్ళలో ఐదారు మంది అతన్ని తగులుకున్నారు. ఒకరిద్దరు మాత్రం ఆయన పక్షం వహించారు.

'ఆయన బాధ ఆయనది. బస్సు ఇదే దారిలో వొస్తుంది కదా అని తెలిసీ సీటుకోసం ఆయమ్మని ఆటో ఎక్కించి పంపించినాడు. పాపం! సీటు లేదే అని ఆయన మనసుకు కష్టమయింది' అన్నాడొకతను.

'ఆటో ఎక్కించినాడయ్యా, కాదనను, కానీ ఆయమ్మ వొచ్చేపాటికే బస్సులో ఒక సీటు కూడా లేకుండా నిండిపోయిందే. ఆయమ్మ మాత్రం ఏం చేస్తాది?' ఇంకొకతను.

'అడుగు బెట్నుకూడా సందులేకుండా ఉంటే ఆ సీటైనా ఆడామెకదా అని ధర్మానికిచ్చినాను' అన్నాడు సీటిచ్చిన రామాంజి.

బస్సులో వున్నోళ్ళు ఒక్కొక్కరొక్కో మాట అంటున్నారు. ఆ మాటలు విన్నాక అతని నోరు మూతపడింది.

అంత వరకూ వేడుక చూసినోళ్ళు ఎక్కడి వాళ్ళక్కడ మౌనంగా ఉండిపోయారు. కానీ అతనిలోని పురుషాహంకారం లోలోపల బుసలు కొడుతూనే ఉంది. అది సమయం కాదని మిన్నకుండినా భార్య మీద కోపం కొండంత ఎత్తుకు ఎగబ్రాకుతోంది.

ఆమె తప్పేమీ లేదని అతనికి తెలుసు. కాని బస్సులోని వాళ్ళు ఆమెను వెనకేసుకొచ్చి మాట్లాడ్డం అతను సహించలేక పోతున్నాడు.

దానికి బుద్ధుండకర్లేదా? వాళ్ళు నన్ను అలా మాట్లాడ్తుంటే నోరుముయ్యండయ్యా అని ఆమె అనలేదని ఆమె పైన కోపం.

బస్సు కదిరి చేరింది. భార్య భర్త పాపనెత్తుకొని బస్సు దిగారు. ఇంకా దిగేవాళ్ళు దిగుతున్నారు. ఎక్కేవాళ్ళు ఒకర్నొకరు తోసుకుంటూ ముందు ఎక్కే ప్రయత్నం చేస్తున్నారు.

అప్పుడంది ఆమె గూబ గుయ్ మని. అల్లా అంటూ కుప్పకూలి పోయిందామె. బస్సులో వాళ్ళ చూపులన్నీ బస్సు పక్క కిందికి జారినాయి.

'బేవకూఫ్ సీట్లు పెట్టుకోమని పంపిస్తే నువ్వు మాత్రం కూచుని నన్ను అందరి చేత నానా మాటలూ అనిపిస్తావా' అంటూ జుట్టుపట్టుకొని పైకి లేపాడు. ఈ లోపలే జనం చుట్టుముట్టారు.

ఏం తప్పు చేసిందని కొడ్తున్నాడా అన్న సందేహం బయట పడకముందే బస్సు సీట్లు పెట్టలేదనా అంతగా కొట్టింది అనే సమాధానం అందరికి దొరికింది.

బస్సెక్కేవాళ్ళు అంతవరకు ముందుగా ఎక్కాలని ముమ్మరంగా ప్రయత్నించిన వాళ్ళు నిశ్చేష్టులై చూస్తూ ఉండి పోయారు.

కండక్టరు విజిల్ వేయడంతో ఈ లోకంలోకి వచ్చి గబగబా బస్సెక్కారు.

మెల్లగా బస్సు కదిలి క్రమంగా దూరమైపోయింది.

ఆటో పిల్చి అందులోకి భార్యబిడ్డను తోసి కుదేసి తనూ ఎక్కి అడ్రసు చెప్పాడు. దారి పొడవునా ఆమెను తిడ్తూనే తొడలపైన గిచ్చుతూనే ఉన్నాడు.

బస్సులో అతనికి సర్ది చెప్పిన వాళ్ళతో తాత్కాలికంగా భార్యకు అక్రమ సంబంధం అంటగట్టి బూతులు తిడ్తుంటే తరతరాలుగా పురుష అహంకారానికి తలవొగ్గిన స్త్రీత్వం తలవొంచుకొని బిడ్డ ను పొట్టకదుముకొని మౌనంగా ఉండిపోయింది.

గదిలో వేసుకొని కొడితే పిల్లి కూడా పులిలా మారి ఎదురు తిరుగుతుంది. అలా ఎదురు తిరగడానికి మౌనంగా ఆమె మనసు సన్నద్ధమవుతుంటే ఆటో ఇంటి ముందాగింది.

భేషజాలు

'సీట్లున్నాయా?" అని కండక్టరును అడుగుతూ బస్సు మొదటి మెట్టుపైన కాలుపెట్టిన కస్తూరి ఒకసారి బస్సులోని అన్ని సీట్ల వైపు దృష్టి సారించింది.

డ్రైవరు వెనక ఉన్న లేడీస్ సీట్లు నాలుగూ నిండుగా ఉన్నాయి. ఐదవసీటు స్త్రీలకు కేటాయించింది కాకపోయినా అందులోనూ ఇద్దరు మహిళా మణులున్నారు.

కండక్టరును అడిగిన ప్రశ్నకు వాళ్ళు సమాధానం చెప్తున్నట్లుగా సీటుకు ఈ చివరికొకరు ఆ చివరికొకరు సర్దుకొంటుండగా ఆ వైపు చూసిన కస్తూరి వెంటనే మనసులో 'పీడనాశనం' అని గొణుక్కొంది. 'హాయిగా ప్రయాణం చేయడానికి వీల్లేదు.' అని తిట్టుకుంది మనసులో.

సీటులో ఈ కార్నర్ లో కూచున్నామె తనకు పరిచయమైన వ్యక్తి కావడంతో కస్తూరికి ఇబ్బందిగా అన్పించింది. 'శని మొహం. ప్రయాణానికి తోడు ఇదొకటి దాపురించింది' అని గొణుక్కొంది. హాయిగా ప్రయాణం చేయడానికి వీల్లేదు' అని తిట్టుకుంది మనసులో మొహం మీద నవ్వు పులుముకొని 'బావున్నారా"? అని పలకరిస్తూ సీటు మధ్యలోకి చొరబడింది.

ఇద్దరూ ఇటొకరూ, అటొకరూ ఒదిగినా సీట్లో కూర్చోడానికి చాలా కష్టమైంది కస్తూరికి. రెండు చేతులతో ముందు సీటును పట్టుకుని సీటు ముందుకు జరిగి కూచుంది. పొడవు మనిషి కావడంతో మోకాళ్ళు ముందు సీటుకు అనుకున్నాయి. ముందే మోకాళ్ళ నొప్పులతో సతమతమవుతున్న కస్తూరికి ఇలా కూచ్చోవడం మరీ కష్టంగా ఉంది.

అది తమిళనాడుకు చెందిన ప్రైవేటు బస్సు. వేలూరు నుంచి కర్నూలుకు వెళ్తున్నది. కర్నూలుకు వెళ్ళాల్సిన కస్తూరి వాళ్ళకు ఆ బస్సు చాలా అనుకూలం. ఎందుకంటే ప్రైవేట్ బస్సు కావడం వల్ల ఎక్కడ చెయ్యెత్తినా బస్సు నిలుపుతాడు.

ఆ కారణంగా తమ ఊరి నుంచి చిత్తూరు దాకా మూడుమైళ్ళు వెళ్ళి బస్సు ఎక్కాల్సిన అవసరం ఉండదు. ఎక్కినపుడు సీటు లేకపోయినా బంగారుపాళెంలోనో పలమనేరులోనో దిగేవాళ్లుంటారు కాబట్టి కొంత సేపు నిలబడినా సీటు దొరుకుతుందన్న నమ్మకం ఒకటి. పైగా ఆర్టీసీ బస్సులో పది గంటలు పట్టే ప్రయాణం ఇందులో తొమ్మిది గంటలకే గమ్యం చేరుకోవచ్చు. అన్నింటికీ మించి చార్జీ కూడా తక్కువ. ఈ కారణాల వల్లనే కాబోలు బస్సు ఎప్పుడూ కిటకిటలాడుతుంటుంది.

లగేజీ ఎక్కువుంటే మాత్రం ఈ బస్సులో ప్రయాణం చాలా కష్టం. బస్సు బానెట్తో సహా ప్రయాణికులతో నింపేస్తారు. బస్సు ముందర ఉండే చప్టాలాంటి దాన్ని కూడా వదలరు. ముందే

సీటు సంపాదించుకొని హాయిగా తల్లుల పక్కన కూర్చున్న పిల్లల్ని వేరేచేసి తెచ్చి ఆ చప్టా మీద కుదేసి వాళ్ళ సీట్లను వేరే పెద్దవాళ్ళకు కేటాయిస్తాడు కండక్టరు.

పైన పెట్టడానికి వీల్లేని బ్యాగుల్ని, సూట్కేసుల్ని వాళ్ళ యజమానుల దగ్గరి నుంచి వేరుచేసి డ్రైవరు చుట్టూనో, ఇంకెక్కడో మనిషి నిలబడడానికి వీల్లేని స్థలాల్లో వాటిని కుక్కేస్తాడు. దాంతో వాటి యజమానులకు ఎక్కేదిగే ప్రయాణికులతో లగేజి గురించిన అభద్రతా భావం మనసుల్ని తొలిచేస్తుంటుంది.

సీట్లో కూచున్నాక వాళ్ళాయన లగేజి ఎక్కడ పెట్టాడా, ఎక్కడ కూచున్నాడా అని తేరిపార జూసింది కస్తూరి. డ్రైవర్కు ఆపోజిట్గా డోర్ దగ్గర నుంచి బస్సు ముందు దాకా పొడవుగా అడ్డంగా ఉన్న సీట్లో ఉన్న జానెడు స్థలంలో గోడ కుర్చీ వేసినట్లు కూర్చొనున్నాడు వాళ్ళాయన. సూట్కేస్ ఎక్కడ పెట్టాడో కన్పించలేదు. సైగచేసి అడుగుదామనుకొని పక్కనున్న శాల్తీ గుర్తొచ్చి ప్రయత్నాన్ని విరమించుకొంది. అయినా కళ్ళు మాత్రం ఆప్రయత్నాన్ని మానలేదు. బస్సులో వెనక బహుశా ఏడవ సీటు తలపైన ఉన్న స్టాండులో అది దర్శనమిచ్చింది. మళ్ళీ అది ఇంకెవరిదైనానేమో అన్న సందేహం.

అదిగాక సూట్కేస్ లో పెట్టగా మిగిలిన బట్టలు, అక్క పెట్టిచ్చిన మాగాయ బాటిల్, ప్రయాణంలో తినడానికి తెచ్చుకున్న టిఫిన్, నీళ్ళ బాటిల్ వగైరాలు పెట్టిన చందనా బ్రదర్స్ వాళ్ళిచ్చిన కట్టెల బ్యాగు కోసం కళ్ళు పరుగులుబెట్టాయి. అది ఆఖరికి డ్రైవర్ వీపు వెనక కన్పించింది. ఆ బ్యాగ్ కింద ఏదో అట్టపెట్టె ఉన్నట్లుంది. అంటే డ్రైవర్ వీపు వెనక సుమండీ. ఒక వైపుగా వాలి ఉన్న ఆ బ్యాగులో వస్తువులు ఎక్కడ కింద పడిపోతాయోనన్న బెంగ కస్తూరికి ఎక్కువైంది.

పరిచయమైన వ్యక్తి పక్కనుండడం కస్తూరికి కంపరంగా ఉంది. లగేజి అన్వేషణ పూర్తయినాక తాను కూర్చున్న తీరు గుర్తొచ్చి కొద్దిగా కదిలింది. కస్తూరికి కుడిపక్క కిటికీ దగ్గర కూర్చున్నావిడ గాఢనిద్రలో ఉంది. సీటులో సగం ఆమే ఆక్రమించుకుంది. ఒడిలో రెండేళ్ళ పిల్లది. అసలే ఈ సీట్లు దగ్గర దగ్గరున్నాయి. ప్రైవేటు బస్సే అయినా దూరాబారం వెళ్ళే బస్సులో ఉన్నట్లు లేవు సీట్లు. టౌను బస్సులో లాగా పీట వెడల్పుతో ఉన్నాయి.

కస్తూరి కదలికను గమనించి తెలిసిన శాల్తీ కొద్దిగా శరీరాన్ని కదిలించింది.కానీ లాభం లేకపోయింది. ఆమె సీటు దగ్గరున్న రాడ్ను కౌగిలించుకొని కూచొని ఉంది. ముందు సీటుకు వెనక సీటును మూడు భాగాలుగా విభజించి అమర్చిన ఫ్రేముల్ని గమనించింది కస్తూరి. తను ఎంతవరకు ఆక్రమించిందో గమనించింది కస్తూరి. సీటు వెనక్కి కూర్చొనడానికి వీలులేకున్నా పరిచయమున్నావిడ సీటులోని కొంత భాగం తన పరమైంది.

పాపం కస్తూరి కోసమే ఆమె రాడ్ను పట్టుకొని కాళ్ళు నిలబడ్డ వ్యక్తుల సందుల్లో జొనిపిందని అర్థం కాగానే కస్తూరికి ఆమె మీద ఎక్కడలేని అభిమానం పుట్టుకొచ్చింది. దాంతో ఏదో ఒకటి మాట్లాడాలన్పించి 'మీ అక్క ఎక్కడుందిప్పుడు?' అని పలకరించింది కస్తూరి.

'చిత్తూరులోనే ఉన్నారక్కా నేనిప్పుడు అక్కడి నుంచే వస్తున్నా' అంది. వాళ్ళక్క చాలా మితభాషి. కస్తూరి బి.ఏ చదివేటపుడు వాళ్ళక్క అరుణ కస్తూరి రూమ్మేట్ అయిన నాగలక్ష్మికి క్లాస్మేట్. ఎక్కువగా అరుణ వీళ్ళ రూంలోనే ఉండేది. వీళ్ళ రూముకు రావడం వల్ల నాగలక్ష్మి నోరు మూత బడేదే కాదు. వాళ్ళ సబ్జెక్ట్ గురించో, లెక్చరర్ల గురించో ఏదో ఒకటి వాగుతుంటే అరుణ పెదవుల ద్వారా చిరునవ్వుతోనో, ముసిముసిగానో, కాస్త పెదవి విప్పి నవ్వడంతోనో భావ ప్రకటన చేసేది. నోరువిప్పినా చాలా మెత్తగా పక్కనోళ్ళకు కూడా వినబడనట్లు మాట్లాడేది.

కానీ ఇనపడబ్బాలో కాలు భాగం వరకు చిల్లర, గులకరాళ్ళు వేసి గట్టిగా గలగరిస్తే వచ్చే శబ్దం లాంటి గొంతుతో నిరంతరం నాగలక్ష్మి మాట్లాడ్తూనే ఉంటే కస్తూరికి చాలా కంపరంగా ఉండేది. చదువుకోడానికి కష్టం అన్పించేది.

'ఈ అరుణ రాకుంటే నాగలక్ష్మి కొంచం సేపైనా నోరు మూసుకోని పడుంటుంది. ఈ పిల్ల రూము వేరైనా ఇదే తన రూమన్నట్లు ఎప్పుడూ ఈడే పడుంటుంది. రావద్దని చెప్పలేం' అంటూ కస్తూరి మరో రూంమేట్ విజయ కూడా కస్తూరి దగ్గర ఒకసారి వాపోయింది. అరుణ రూంలో అడుగుపెట్టానే కస్తూరి లోలోపల తిట్టుకునేది. అరుణను గుర్తుచేసుకొని నోట్లో నాలుక లేని మనషులు కాబోలు అనుకుంది కస్తూరి.

'మీ అక్కకు పిల్లలెంతమంది?' అడిగింది కస్తూరి, అరుణ చెల్లెల్ని. 'ఒకే పాప' అందా అమ్మాయి.

ఒకే సీటులో ఉన్నా ముందుకు కూర్చున్న కస్తూరికి వెనక్కి వాలిఉన్న అరుణ చెల్లెలితో వెనక్కి తిరిగి మాట్లాడ్డం కష్టంగా ఉంది.

ఒకే ప్రశ్నతో ఆపేసిన కస్తూరి పక్కనే కూచొని మాట్లాడక పోవడం తన చేతగాని తనమవుతుందని మళ్ళీ మాట కలపడం కోసం వెనక్కి తిరిగి ఆ ప్రయత్నం విరమించుకుంది. అరుణ చెల్లెలు కళ్ళు మూసుకోనుంది. 'తనతో మాట్లాడాల్సి వస్తుందనే నిద్ర నటిస్తున్నట్లుంది' అనుకుంది కస్తూరి.

పక్కన కూర్చున్నావిడ చాలా నాజూకు మనిషి. అలంకరణకు ప్రాధాన్యమిచ్చే వర్గం వాళ్ళది. వాళ్ళ కాలనీలో అందరూ బాగా ఉన్నవాళ్ళే. కొత్తరకం చీరలు, నగలతో ఎప్పుడూ అప్టుడేట్ గా వుంటారు. ఇలాంటి ఆలోచనలతో ఉన్న కస్తూరి పక్కనావిడ కళ్ళు మూసుకొని ఉండడంతో వెనక్కి తిరిగి ఎలాంటి సంకోంచం లేకుండా ఆమెను పరికించి చూసింది.

ఎంబ్రాయిడరీ చేసి అక్కడక్కడ అద్దాలు కుట్టిన స్కైబ్లూ షిపాన్ చీర కట్టుకుంది. అసలు అందమంతా ఆ చీరకోసం తొడుక్కున్న జాకెట్లో ఉంది. బ్లాక్ కలర్కు చీర కలర్ బోర్డరున్న జాకెట్.

నెక్ చుట్టూ చేతి అంచులకూ కుట్టిన ఎంబ్రాయిడరీ డిజైన్, దానిపైన అక్కడక్కడా తళుకులీనుతున్న అద్దాలు చూడ ముచ్చటగా ఉంది. నెక్ కటింగ్ డిజైన్ తెల్లని వీపు మీద అందంగా అమరింది.

చెవి కమ్మలు, మెడలో పూసలదండ, దానికి వేలాడుతున్న లాకెట్, చేతికున్న గాజులు, వేలికున్న ఉంగరం ప్రత్యేకమైన మోడల్స్ తో అన్నీ అతికినట్లు ఉన్నాయి.

ప్రయాణాలకు కూడా ఫంక్షన్లకు తయారైనట్లు ఎంత ఓపికో! అనుకుంది కస్తూరి. వెంటనే ఎడ్డా మడ్డిగా దేబ్రాసి మొహంతో వచ్చినందుకు తనను తాను తిట్టుకుంది.

చీరొక రంగు, జాకెట్టో రంగు, గాజులో రంగు. మరీ ఇంత ఎబ్బెర మొహంలా ఎందుకొచ్చినానా? అని పశ్చాత్తాప పడిపోయింది. తనిలా రావడానికి కారణం లేకపోలేదు. ఉదయం ఆరింటికే బస్సుకావడం వల్ల రాత్రే బట్టలు కూడా తీసిపెట్టుకుంది. నెలెక్స్ చీరే కాబట్టి చీర నలగలేదని వాళ్ళ చెల్లెలు చీర మార్చుకోమంటున్నా అదే చీరతో బస్సెక్కింది.

జరిగిందేదో జరిగిపోయింది. సూట్కేస్ అన్నీ అమర్చినట్లే తనకూ ఉన్నాయి. కనీసం చెల్లెలి మాట విని ఉంటే ఇప్పుడింత నామోషీగా ఫీలవ్వాల్సిన అవసరం ఉండేది కాదు. చేతులు కాలాక ఆకులు పట్టుకొని ఏం లాభం? అనుకొంది కస్తూరి.

'ఆమె కళ్ళు తెరవక ముందే ఎక్కడైనా వేరే సీటు దొరికితే ఎంత బావుణ్ణు అనుకొంది కస్తూరి.'

ఇంతలో బంగారుపాళెం రానే వచ్చింది. డ్రైవర్ వెనకఉన్న సీట్లో కూచున్న రెండు శాల్తీలు లేచి బస్సుదిగిపోయాయి. వాళ్ళాయన లేచి ఆ సీట్లో కూలబడ్డాడు. అక్కడికి వెళ్దామని లేచింది కస్తూరి. కానీ అందాక బానెట్ పైన కూచున్న ఒకాయన లేచి ఆ సీట్లో కూచున్నాడు.

వాళ్ళాయన పైన ఎక్కడలేని కోపమొచ్చింది కస్తూరికి. 'ఆ సీట్లో కూచున్నోడికి పక్కన ఖాళీవుంటే నా కోసం సీటు రిజర్వు చెయ్యాలని తెలియదా? ఈ రోజు లేచిన టైం బాగలేదు లేకుంటే వచ్చిన ఇంత మంచి అవకాశం ఇలా చేజారిపోతుందా?' అనుకోని ముందు సీటుకు తల ఆన్చి కళ్ళు మూసుకుంది. మరుక్షణంలోనే కళ్ళు విప్పి తల పైకెత్తి కూచుంది. తను కళ్ళు మూసుకుంటే పక్కనామె నఖశిఖ పర్యంతం తనను గమనిస్తుందేమోనన్న అనుమానంతో.

వాళ్ళాయన పైన వచ్చిన కోపాన్ని వెళ్ళగక్కాలని ఉంది కస్తూరికి. కానీ ఆయన తిరిగి కూడా చూడ్డం లేదు. బస్సులో 'అమ్మా నాన్నా ఓ తమిళ అమ్మాయి' సినిమా పెట్టారు. చూసిన సినిమా కావడం వల్ల మళ్ళీ చూడాలన్పించలేదు. పైగా అది అలికినట్లు వస్తుంటే తలనొప్పనిపించింది.

ఇలా ముళ్ళమీద కూచున్నట్లు ఎంత సేపని కూచోవడం. ఎప్పుడెపుడు పలమనేరు వస్తుందా అని ఎదురు చూస్తున్న కస్తూరి, బస్సు పలమనేరు శివార్లకు చేరుకోగానే లేచి ముందుకు నడిచింది. లేచి వెళ్తుంటే పక్కనావిడ సీట్లో సర్దుకుంటూ చిరునవ్వు నవ్వింది.

వాళ్ళాయన కస్తూరిని చూసి 'ఆడే కూర్చోకూడదా? అన్నాడు

'చాలా ఇరుగ్గా ఉంది' అంది.

'అంతేగదా! ముగ్గురు కూచొనే సీట్లో ఇంకో ఇద్దర్ని కూచోబెట్టడానికి అభ్యంతరముండదు. కాని ఒక్క సీటు ఖాళీ ఉంటే బస్సును గంటసేపైనా ఆపి ఒకరిద్దర్ని ఎక్కించుకోందే ముందుకు కదలదు' అన్నాడాయన.

అదృష్టవశాత్తు పలమనేరులో వాళ్ళాయనతోపాటు ఆ సీట్లోకి మారినతను దిగిపోయాడు. ముందు జాగ్రత్తపడి లేచి వచ్చినందుకు మంచి ఫలితమే దక్కిందని తెగ సంబరపడిపోయింది కస్తూరి. వెన్నునొప్పి అని చెప్పి కార్నర్ సీటు కొట్టేసింది. ఇప్పుడు మనసుకు హాయిగా ఉంది. చాలా సంతోషంగా కూడా ఉంది. దిగే దాకా ఆమెకు కన్పించే ప్రసక్తే లేదనుకొంది.

పలమనేరు బస్టాండులో చాలామందే ఎక్కారు. బస్సు కదిలాక కస్తూరి నిశ్చింతగా కళ్ళుమూసుకుంది. ఎప్పుడు నిద్రలోకి జారుకుందో తెలియదు.

మదనపల్లెలో హోటల్ దగ్గర బస్సాపి 'టిఫిన్ తినేవాళ్ళు తినిరండి' అని కండక్టరు కేకేసే దాకా కస్తూరికి మెలకువ రాలేదు.

అందరూ గబ గబ బస్సు దిగుతున్నారు. కస్తూరి వాళ్ళాయన పైకి లేస్తుంటే 'టిఫినుంది' అంది. బ్యాగ్ లోంచి టిఫిన్ బాక్స్ పైకి తీసింది. పేపర్ ప్లేటులో నాలుగిడ్లీలు, చట్నీ పెట్టి భర్తకిచ్చింది.

టిఫిన్ సంగతేమిటని పరిచయస్తురాలిని అడగాలనుకుంది. ఎందుకొచ్చిన గొడవన్నట్లు అసలు ఆమె ఉనికినే మర్చిపోయినట్లు టిఫిన్ పూర్తి చేసింది. కానీ యూరినల్స్ కోసం దిగక తప్పలేదు.

సీట్లో నుంచి పైకిలేచి దిగడానికి వస్తున్నప్పుడు ఆమె కంటబడింది కస్తూరి. మొహం మీద నవ్వు పులుముకుని 'మీ సంగతే మర్చిపోయాను టిఫిన్ చేశారా?' అని అడిగింది.

నాజూగ్గా జామ్ రాసిన బ్రెడ్ స్లైసుల్ని చెయ్యి పైకెత్తి చూపెట్టిందామె.

బస్సు కదిలి ఓ పదిబారలు రాగానే సీతాఫలం పండ్ల గంపతో ఒకామె, గోనెసంచి మూటలతో ఒకాయన బస్సాపారు. నిల్చొను స్థలం లేకపోయినా డ్రైవర్ బస్సాపాడు.

వాళ్ళిద్దరూ బరువులతోపాటు బస్సులోకి దూరారు. చేతిలోని గంప గోనెసంచులను బానెట్ మీద కుదేశారు. అప్పటికే దానిమీద అట్టపెట్టెలుండడంతో వాటి తాలుకు మనిషి అడ్డుపడ్డాడు. 'ముందు నీ గంపపెట్టి దాని మీద అట్టపెట్టెలు పెట్టు' అని ఆమెకు సలహా ఇచ్చాడు.

అతని సలహాను పాటించడానికి ఆమెకు ససేమిరా వీలుకాదు.

గంపనిండా పండిన సీతాఫలం పండ్లున్నాయి. అట్టపెట్టెలు పక్కకు జరిపి గోనె సంచులు రెండింటిని పక్కపక్కన సర్ది వాటిపైన ఆ పెట్టెల్ని పెట్టారు. పండ్ల గంపను ఎక్కడ పెట్టాలో తోచలేదామెకు. బానెట్ చుట్టూ ఉన్న రాడ్కు అనించిపెట్టిన పెద్ద సూట్కేస్ ఉంది. అనుకున్నట్టుగానే ఆమె గంప దాని మీద పెట్టి చేత్తో పట్టుకొని నిలబడింది.

వెనక పైన ఉన్న సూట్కేసు అక్కడ ఉండనీయకుండా ఇక్కడికి ఎందుకు తెప్పించి పెట్టుకున్నానా? అని బాధపడింది కస్తూరి. వద్దని చెప్పడానికి నోరు పెగలలేదు. గంప పెట్టుకోడం

వల్ల సూట్కేసుకొచ్చిన నష్టమేమీ లేదు అనుకున్నా కస్తూరి కళ్ళు చుట్టూ పరికించాయి. ఎక్కడా స్థలం లేదు. నిలబడిన వాళ్ళు కూడా పూర్తిగా రెండు పాదాలు మోపినట్లు లేదు. ఒక పాదం మోపి ఒకచేత్తో రాడ్ పట్టుకొని బ్యాలన్స్ చేస్తూ నిలబడినారు.

లగేజి గురించిన ఆలోచనకు ఫుల్స్టాప్ పెట్టి బస్సుకానుకొని కళ్ళు మూసుకుంది కస్తూరి. మోకాళ్ళు నొప్పి అన్పించాయి. ఎదురుగా డ్రైవర్ వెనక ఉన్న గ్రిల్లంటి పరికరం పక్కసందు నుంచి కాళ్ళు బార జాపింది. కానీ అక్కడ కూడా ఏమాత్రం సందు లేదు. ఏవేవో పార్సిల్స్ నిండిపోయిందా స్థలం. వాటిపైన కాళ్ళు పెడితే డ్రైవర్ అబ్జక్ట్ చేస్తాడని వెంటనే కాళ్ళు వెనక్కి తీసుకుంది.

చివర ఎక్కిన శాల్తీలు చాలా గట్టిగా మాట్లాడుకొంటున్నారు. వాళ్ళ మాటల్ని వినడాని కన్నట్లు పక్కవాళ్ళతో కబుర్లకు స్వస్తి చెప్పారు బస్సులోవాళ్ళు.

వాళ్ళ కట్టుబొట్టు తీరుని బట్టి పల్లెటూరి వాళ్ళని తెలుస్తూనే ఉంది. అందరూ వింటున్నారన్న సంకోచం వాళ్ళలో ఏ మాత్రం లేదు. బస్సులో చివర కూర్చున్న వాళ్ళకు కూడా విన్పిస్తున్నాయా మాటలు. ముఖ్యంగా ఆ స్త్రీ నోటి నుంచి వస్తున్న రమణీయమైన పలుకుబళ్ళు అందరి చెవుల్ని ఆకర్షించాయి. అందువల్ల అందరూ ఒకే గాటికి కట్టి పడేసిన ఎద్దుల్లాగా అయిపోయారు. వాళ్ళ మాటల్ని తమ చెవుల సంచుల్లోకి కూరుకోసాగారు. కండక్టరుకు కూడా వాళ్ళ మాటలే నచ్చాయి కాబోలు! సినిమా పెట్టాలనుకొని ఆ ప్రయత్నాన్ని విరమించుకున్నాడు.

ఆమె మాటల్ని బట్టి చూస్తే ఎవరి గురించో ఆమె పక్కనున్నతనితో ఫిర్యాదు చేస్తున్నది.

'ఒకపూట పోయిలో పిల్లి లెయ్యలేదనుకో! ఏమ్మా రా నా ఇంటికొచ్చి ఒక ముద్ద తినిపో' అని ఏనాడన్నా అంటివా ఊహు లేదు.

'కోణ్ణి కోసుకున్నారు. మసాలా పెట్టి కూర కాంచుకుంటా ఉండారు. సగమూరి దాకా వాసన గమగమలాడి పోతా ఉండాది. పొయి మింద కూర కుతకుతాఉడకతా ఉండాది. అగ్గికోసం పోయిన నా బిడ్డ 'ఒక నిమసం ఉండు పాపా, కోడికూర చేస్తా ఉండా ఒక తునక తినేసి పోదువుగాని అని అంటివా?' ఊహూ... లేదు.

'పోనీ మళ్లైనా అయ్యో మొగుడికి తోడబుట్టింది. సెనిక్కాయి సెట్టు మాదిరిగా గుట్టుగా కాపురం సేసుకుంటా పిల్లాపాపలతో అగసాట్లు పడతా ఉండాది. దాన్నిడిసి తింటే మనకు మాత్రం అరగతాదా? అని సట్టిపిడ్తలో ఒక గెంటి కూరబోసి పంపిస్తివా? ఊహూ... లేదు. ఆమే ప్రశ్న వేసుకుని జవాబు కూడా చెప్తూంది.

ఆ నిముషంలో కస్తూరి ఆమె మొహం వైపు చూసింది. ఆమె మనసులో ఉన్న బాధంతా మొహంలో తారట్లాడతా ఉంది. కళ్ళు పులుకు పులుకుమని ఆరస్తా ఉంది. తన కష్టాల్ని విన్నవించుకోవడానికి ఒక ఆత్మీయుడు దొరికాడన్నట్లు ఇంకా ఏం చెప్తామా! అని ఆలోచిస్తున్నట్టనిపించింది. మళ్ళీ నోరు విప్పింది.

'అదే నేనైతే ఉండగలనా? సింతకాయ పూరిబిండి గానీలే నూరిన ఎంటనే మిరపరాతి కాణ్ణుంచే అంతన్నా బాదమాకుతో పెట్టి పంపించందే పానమూరుకోదే. ఒక వానరానీ, వంకల్లోలనీ అయ్యో! సినుకులు పడ్తా వుందే బాయికాడికి బొయిన నాయన్న దమ్ముడు ఇంటి కొచ్చినాడో లేడో అని నేనే పనొదిలేసి పల్లానికి దూకే నీళ్ళ మాదిరిగా అన్నిటికి పరిగెత్తి పోతా ఉంట్నే. ఆ బెమలు నీ కెందుకుండదంట. నీ ఎంగిలి పాలుదాగి పెరిగినానే మంచికీ సెడ్డకీ అయ్యో సెల్లెలే అని నీకుంటే ఆ బాడ్కోవు అట్లా సేస్తాడా సెప్పు?'

ఆమె నువ్వు అని చేస్తున్న సంబోధన పాపం ? వింటున్నాయన గురించి కాదు. కానీ కొత్తగా వినేవాళ్ళకు ఆయన్ని నిలదీస్తున్నట్లనిపిస్తుంది. ముందు నుంచి విన్నవాళ్ళకు మాత్రం తన కూడా పుట్టిన అన్న, ఆయన్ని కట్టుకున్న వదినల నిరాదరణ గురించిన అక్కసును వెళ్ళగక్కుతావుందన్న విషయం స్పష్టమవుతుంది. 'చిన్నోడి పెండ్లాం ఫరవాలేదా?' అడిగాడు ప్రధాన శ్రోత.

'ఉగ్గూc అదా? అదింకా గెడ్డకు మించింది బో. ఒక రకంగా పెద్దదే మేలు. దాని కంటే రెండాకు లెక్కువ చదివిందిది. ఏనాడూ ఆడబిడ్డ గదా అని ఒక రైగ్గుడ్డిచ్చిన పాపాన పోలేదు. సిటికెడు పసుపుకుంకాలిచ్చిన మానాన బోలేదు. మా ఇంటికొస్తే ఏం తెస్తావు. మీ ఇంటికొస్తే ఏమిస్తావనే రకం. ఎంగిలి సేత్తో కాకిని గూడా అదిలించదు. దాని గురించి మా గొప్పగా అడిగినావు గాని పోన్నా' అని మూతి దిప్పుకొని మౌనంగా ఉండిపోయింది.

మంచి రసకందాయంలో ఉన్న వాళ్ళ సంభాషణ ఆగిపోయినందుకు చక్కని సినిమా చూస్తున్నపుడు కరెంటు కట్ అయితే ఎలా ఉంటుందో అలా అయిపోయింది కస్తూరి మనసు.

పొయిన కరెంటు అలాగా ఉండిపోదన్నట్లుగా ఆమె మళ్ళీ నోరు తెరిచింది.

'అందరూ అంతే పోన్నా . ఏమ్మా ఎండలో ఉండావు. నీడపాటుకు రా అని సెప్పేవొళ్ళు ఒగరూ లేరు. ఈళ్ళను నమ్ముకోని సట్టీకుండా నెత్తిని బెట్టుకొని ఈడికొచ్చినందుకు నాకు సరైన శాస్తే జరిగింది. కుమ్మేత్తుకోని గూడూరుకు పోతే ఏడు కుమ్మ లెదురైనట్లయింది మాగెతి. కట్టుకున్యోడు నోరూ వాయిలేని మనిషి కాబట్టి సరిపోయింది. ఇంగొకడైతే వీళ్ళ సావాసం వొద్దనుకోని మన దోవలో మనం బోదం పద అని ఎలబారిచ్చేవాళ్ళు. నగుబాట్ల సేటవదానా మళ్ళీ ఎనక్కిబోతే' అని ఏదో గుర్తొచ్చినట్లుగా ఇంకొంచెం గొంతు పెంచి–

'అసలాయన్ని ఇంటల్లుడిగా సూసిందేనాడు? ఒక పండక్కిగాని పబ్బానిగ్గాని పిల్చుకొని పొయినారా? తలకింత నూనంటి ఉడుకు నీళ్ళు గాంచి పోసుకుందువు రానా అని పిల్సినారా? కలో గంజో గానిలే వాళ్ళక్కలిగిందింత జేసి నట్టింట్లో నాయన్నోళ్ళతోపాటు ఆకేసి కూసోబెట్టి తినన్నా అని ప్రేమగా ఏనాడన్నా అన్నారా? ఉప్పూ ఊరిబిండికి గతి లేదా? సెప్పుకుంటే శానా ఉంది పోన్నా. పుట్నింటోళ్ళు ఆదిరించే దాన్నిబట్టి మెట్నింటోళ్ళు ఆదిరిస్తారంటారు. నా మొగుడు బంగారం కాబట్టి సరిపోయింది. లేకపోతే వీళ్ళుసేసే నిర్వాకానికి 'పో ఏ గంగలగాట్లోన్నా పడి సావుపో' అని ఎప్పుడో తరిమేసుందురు. దేనికన్నా నేనే యాకారితే నోర్మొయ్యే ఒకరిచ్చేదేంది

పెట్టేదేంది. మనకు దేవుడు కాళ్ళూ సేతు లిచ్చిందెందుకు? కష్టపడి పన్జేసుకోని మన బిడ్లిని మనం సాక్కోవాల సేతయినట్ల బతుకు ఎల్లమార్సాల. ఇంగోసారి వాళ్ళియలా ఈళ్ళు పిలవలా అంటే బాగుండదు సూడు' అని నా నోరే మూయిస్తాడు మా ఇంటాయన.

మళ్ళీ అంది 'అనుకుంటే ఎంతోదూరం పోతాది పోనా రాతికప్ప మాదిరిగా నా కడుపులో ఎంత యాతన దాంకోనుందో ఆ దేమునిగ్గూడ తెలియదు.

మనకు కాలం కాదులే అని అన్నీ కడుపులో ఏసుకోనుండా. ఓడలు బండ్లవతాయి బండ్లు ఓడలవుతాయంటారు.మనకూ మంచికాలం రాకుండా పోతాదా?' అంటూ ఆ భావాన్ని మొగంలో నింపుకొని అతన్ని చూసింది.

'ఎందుకు రాదు. ఎట్లుండేవాళ్ళు అంట్లే ఉండిపోరు. నీకూ మంచికాల మొస్తాది. కూలికి నాలికి బోకుండా కోరింది సేసుకొని తిని దర్జాగా కాలుమీద కాలేసుకొని నీడపాటున బతికే రోజులు నీకూ వస్తాయి లేమ్మా' అన్నాడాయన. ఆయన పరిస్థితి అడకత్తెరలో పోకచెక్కలాగా చాలా ఇరకాటంలో ఉన్నట్లుంది. ఏం మాట్లాడాలో తెలియక ఇబ్బంది పడుతున్నాడు.

ఆమె ఆరాటం అణగలేదు కాబోలు! ఓదార్పు మాటలు అన్నా మళ్ళీ అందుకుంది. 'మొన్న మా పెదనాయన మనవరాల్ది పెండ్లుంటే నేనుబోతే ఇంట్లో పిల్లి లెయదని నా పెద్దకూతుర్ని పంపించినాను నా వాళ్ళతో. పెండ్లోలింట్లో అందరూ మొగాలు గడుక్కొని పొగుడ్రు పూసుకుంటా ఉండారంటా. పాపం! వొయసు బిడ్డకి ఆశలేకుండా ఉంటాదా నువు జెప్పునా. ఆ బిడ్డ పొగుడ్రు డబ్బా సేతిలోకి దీసుకోంగానే వొచ్చి గబుక్కున పెరుక్కోని పోతావా?'

'ఎవురూ?' అడిగాడాయన.

'ఇంగెవరు. అదే వగలమారి వసంతమ్మ. అంతా నా వాళ్ళే అని మన మనుకుంటాము. ఏం అందరూ బొడ్డు మింద మానిక్కెం పెట్టుకొని పుడ్తారా. సిన్నప్పుడు మొలకింత గుడ్డల్యాకుండా నేను కట్టిడ్సిన పావళ్ళను కట్టుకునింది. అప్పుడే మర్చిపోయిందా? ఎట్టికి పుట్ని రాజమ్మ తినీ తినకా అణాపైసా కూడేసి అంతో ఇంతో నేనూ సెట్టు కొనిపెట్ట బట్టే కదా! మీరిప్పుడు సెక్రం దిప్పుతా ఉండేది. పసిబిడ్డి సిటికెడు పొగుడ్రుకు నోచుకోదా! రొట్టి తిరగెయ్య కుండా బోతాదా అని అన్నీ కడుపులో బెట్టుకోని కాలం జేస్తావుండా. నువ్వా– నేనా అనే బెమలు లేకపోతే బతుకెందుకునా? ఏం సంతోసముంటాది నువ్ జెప్పు?"

'ఏం జెప్పేదమ్మా. నీకు తెలియకబోతే కదా! నేం జెప్పేది . అంతా ఆ పైనుండే వాడే చూసుకుంటాడు!' అన్నాడాయన.

'నీ కింగోటి తెల్సానా, అండపిలకాయిలు పెండ్లిండ్లప్పుడు అదే మాయన్నోళ్ళ కూతుళ్ళిద్దరికీ ఒగే పందిట్లో పెండ్లి సేసినారు కదా! పలారాలు జేసి సాంగితో బొయ్యేటప్పుడు ఆ బిడ్డతో శాంతను పంపించండి మేనత్త బోతేనే బాగుంటాది, అని మా పిన్నమ్మ, సేండ్లోళ్ళ కమలమ్మక్కా వాళ్ళందురూ సెప్పినారంట. సద్దులేకుండా దాని కూతురెంట ఇది దీని కూతుర్తో అదీ

పోతారా. వాళ్ళు పెట్టే సీర పేలిక్కి నేను తగనా?" అని కండ్లలో నీళ్ళు కమ్ముకొస్తుంటే కొంగుతో ముక్కుచీది కండ్లు పులక్కు పులక్కుమని ఆరుస్తూ ఏదో ఆలోచిస్తూ ఒక మూడు నిమిషాలపాటు మౌనంగా ఉండిపోయింది.

"పోనీలే శాంతమ్మ. ఎంత యాకారి ఏం లాభం ? నీకున్నంత గాకున్నా వాళ్ళకూ నీమింద సింతాకంతన్నా ప్రేముండాల కదా!' అన్నాడాయన.

'వాళ్ళకుందే నాకే లేదే అని యాకారడం లేదు నా. అరే! తోడబుట్టిందే. అల్లారుముద్దుగా పెరిగిందే. ఆస్తిపాస్తుల్లేని కూలి జేసుకోనే వానికిచ్చి కట్టబెట్నామే. ఆడ బతకలేక మనల్ని నమ్ముకుని కదా? బిడ్డా పాపతో ఈ ఊరొచ్చేసింది. ఒక సెయ్యందిస్తే నలుగుర్తో నారాయణా అని దాని బిడ్డనది సాక్కుంటాది. దాని బతుకది బతుక్కుంటాది అని ఒగరికన్నా లేదే అనేదే నాయాదనంతా' అని మళ్ళీ ముక్కు సీదింది. బస్సు రాడ్ను వదిలేయడం వల్ల పాపం బస్సు జెర్కివ్వడంతో తూలిపడబోయింది. ఎందుకో ఆమెను చూస్తుంటే కస్తూరికి చాలా బాధనిపించింది.ఆ గంపలోని పండ్లంతా తిరిగి తిరిగి అమ్ముకోవాలేమో? కనీసం బస్సులో కూడా కూర్చొనే యోగం లేకపోయింది. దురదృష్టమంటే ఇదేనేమో!? అని మనసులోనే వాపోయింది కస్తూరి.

'పోనీలేమ్మా. ఎట్లుండే వాళ్ళట్లే ఉండిపోరని సెప్తిని గదా! నీకూ మంచికాలమొస్తాది. పిల్లనియ్యమని నీయన్న నీ ఇంటి ముందుకొచ్చి నిలబడకుంటే నా పేరు మునసామే గాదు'. అన్నాడతను.

'అయ్యో ఆ బాడ్కోవా. వాడికి పిల్లనిచ్చి గొంతుకోసే దాని కంటే బాయిలో దొసేది మేలు. వాడప్పుడే బీడీలు, పూలరంగని మాదిరిగా ఆ తిరుగుళ్ళు, వాన్ని ఓగును జేసిపెట్టింది మా పెద్దొదిన. నా బిడ్డ వొజ్రం. కూటిగ్గతి లేకపోవచ్చు కానీ కులానికి తక్కువా?' అని మళ్ళీ మౌనముద్రం దాల్చింది.

బస్సంతా నిశ్శబ్దంగా ఉంది. ఆ ఘనత ఆమెదే. ఒక్కసారి వెనక్కి తిరిగి చూశాను. చెవుల్లో స్పీకర్లు పెట్టుకొని వాక్మెన్ పాటలు వింటున్నాడో యువకుడు. 'సహజ సుందరంగా ఆవిష్కరించబడిన పల్లె మనసును చూసే యోగం లేని పట్నవాసీ అనుకొంది కస్తూరిపొయటిక్ గా. చాలా మంది కళ్ళు మూసుకున్నారు కానీ వాళ్ళదీ నిద్రకాదు. మెలుకువే. బహుశా ఆమె మాటల్ని విని వాళ్ళ రక్త సంబంధీకుల్ని బేరీజు వేసుకుంటున్నారేమో! కస్తూరి కూడా కళ్ళు మూసుకుంది కొంతసేపటికి.

'ఆ మొలకలచెరు వొచ్చింది. దిగేవాళ్ళు రండి' అన్న కండక్టరు మాటలకు కళ్ళు తెరిచింది.

'వస్తాను శాంతమ్మా. నువ్వు అవన్నీ ఏమీ మనసులో పెట్టుకోవద్దు. ఆడబిడ్డ కండ్లలో నీళ్ళు గారితే వాళ్ళకే మంచిది గాదు.' అని అతను అంటుంటే.

'మనం సెడిపోయినా ఇంకొకరి బాగు కోరుకోవాల. నావాళ్ళు బిడ్డా పాపలతో సల్లంగుండనీ. వాళ్లేం నాకు పరాయోళ్ళు గాదుకదా! అంది, ఆమె.

అప్పటికే అతను బస్సు దిగేసినాడు. 'పోయ్యొస్తా శాంతమ్మ' అన్నాడు.

మూట భుజమ్మింద బెట్టుకొని ఇంకో మూటని సేత్తో పట్టుకోని.

'ఆ పక్కొచ్చినప్పుడు మా వొదిన్ని కూడా దీసుకొని ఇంటికి రానా' అంది. పిచ్చిది అభిమానంతో అప్పగింతలు పెడుతూ సీటు చూసుకోవాలన్న విషయాన్ని కూడా మర్చిపోయింది. ఆ ఆలోచనల నుంచి ఇంకా బయటపడినట్లు లేదు. అలాగే నిలబడింది. బస్సు ఎక్కేవాళ్ళు ఎక్కుతున్నారు.

సీట్లున్నాయేమోనని కస్తూరి. వెనక సీటులో ఒక సీటు ఖాళీగా వుంటే ఒకామె కొత్తగా ఎక్కినామె కూచోబోతోంది. 'అక్కడ ఉన్నారమ్మా' అని వెంటనే హ్యాండ్ బ్యాగ్ ని ఆ సీటు పైకి విసిరింది కస్తూరి. ఆమె గొణుక్కుంటూ వెనక ఎక్కడైనా సీట్లున్నాయా అని చూస్తోంది.

కస్తూరి, 'కూర్చోమ్మా అని వొంగి పండ్ల గంపామె మాసిన కొంగుబట్టి లాగింది.

బానెట్ పైన గోనె సంచులతో పాటు అట్టపెట్టెలు కూడా ఖాళీ అయ్యాయి. గంప అక్కడ పెట్టమనింది.

ఆమె కూర్చొనే దాకా వెనక్కి తిరిగి, కూర్చున్నాక తను బ్యాగ్ తీసుకోవడం పరిచయస్తురాలు చూస్తూ ఉండడం గమనించింది.

ఎలాంటి భేషజాలు లేని బతుకులోని స్వచ్ఛతను చవిచూసిన కస్తూరికి ఎంతటి వాళ్ళన్నాగాని వాళ్ళ ముందు అంత ముడుచుకు పోవాల్సిన అవసరం లేదనుకొంది.

సంపద

ఈగ హనుమంతరెడ్డి, దొడ్డికాళ్ళ ముత్యాలక్కల ముద్దుల కూతురు సంపద సమర్తాడిన విషయం జిల్లాలో ముప్పావు వంతు మందికి తెలిసిందంటే ఆశ్చర్యపడాల్సిందేమీ లేదు. ఈ విషయాన్ని ప్రచారం చేయడానికి ప్రసార మాధ్యమాలు కూడా తమ వంతు సహకారాన్ని అందించాయి. శుభాకాంక్షలు, శుభాశీస్సుల పేరుతో పత్రికలలో మామిడాకుల తోరణాలు, మంగళ వాయిద్యాల మధ్య సంపద ఫోటో కూడా ప్రచురితమైంది. టీ. వీ. ఛానల్స్ ద్వారా కూడా ఆత్మీయులైనవాళ్ళు, అవకాశవాదులు, బంధు బలగాలు శుభాకాంక్షలు తెలియజేశారు. కాకపోతే ఈ మోస్తరు కార్యక్రమం పత్రికలకు, టీ.వీలకు ఎక్కడం ఇదే మొదటిసారి.

ఈగ హనుమంతరెడ్డి ఏ పని చేసినా సంచలనం సృష్టించేట్లే చేస్తాడు. అలాంటిది తన యావత్సంపదకు వారసురాలైన సంపద పుట్టినరోజు పండగలే ఘనంగా చేసి ఘనతకెక్కిన హనుమంతరెడ్డి, ఈ శుభకార్యాన్ని సులభంగా తీసుకుంటాడా!

ఆకాశాన్నంటే తన బంగళా ముందర భూదేవంత అరుగు వేయించాడు. పచ్చని తాటిమట్టలతో వెయ్యి గజాల వెడల్పుతో ఇంటిచుట్టూ పందిరి వేయించాడు. ఇంటి ముందరున్న మండవాలో పచ్చని టెంకాయ మట్టలను చిత్రవిచిత్రాలుగా అల్లించి గుడిసె ఏర్పాటు చేయించాడు. దాన్ని మల్లెలు, మొల్లలు, మరువం, ధవనం, కనకాంబరాలతో అలంకరింపజేశాడు.

సంపద సమర్త కార్యక్రమంలో వాళ్ళ అమ్మమ్మ, నాయనమ్మ ప్రధానపాత్ర వహించారు. వాళ్ళు బస్తాడు పసుపుకొమ్ముల్ని తెప్పించారు. ఊర్లో ముత్తైదువలందరికి కబురు వెళ్లింది. పసుపు కొమ్ములు దంచి, పిండివంటలకు బియ్యం పిండి దంచి ఫలహారాలకు పప్పులు విసిరి, సున్నుండలకు చక్కెర విసిరి, బొబ్బట్లకు బెల్లం కొట్టి వాళ్ళ చేతులు బొబ్బలెక్కాయి. ప్రత్యేకంగా పసుపుతో తయారు చేసిన ఎర్రటి కుంకుమ ఓ బస్తాడు ఇల్లు చేరింది.

సంపద శారీరకంగా నాజూకైన పిల్ల కాదు. ఈగ హనుమంతరెడ్డి ఆకారాన్ని ముప్పేటలా పుణికి పుచ్చుకున్న పిల్ల. మొహం గుండ్రటి గుమ్మడికాయలా ఉంటుంది. కారు నలుపు రంగు. బుట్టబొమ్మలాంటి శరీరం. ముదిగారాలతో పెరిగిన పిల్ల కావటంతో మనసు మాత్రం వెన్న. ఎవరైనా గట్టిగా అరిస్తే ఉలిక్కిపడుతుంది. బాధతో ఉన్నవాళ్ళను చూస్తే వాళ్ళకంటే ముందు ఈమె కంట్లో బొటబొటా కన్నీరు కారిపోతుంది.

సంపద మొదటిరోజు స్నానం చేసేటప్పుడు చుట్టూ ముత్తయిదువ లుండటంతో సిగ్గుతో ససేమిరా అంది. నాయనమ్మ నయగారాలతో బుజ్జగించడంతో స్నానానికి తయారయింది.

నాయనమ్మే తలంటి పోయాలని ఏడుపు మొగం పెట్టింది. 'పదకొండు రోజుల వరకూ నిన్నెవరూ ముట్టుకోడానికి వీల్లేదే" అని అమ్మమ్మ గట్టిగా మందలించింది. పైనీళ్ళు వాళ్ళు పోస్తుంటే తలారా తనే మొదటిసారిగా స్నానం చేసింది.

పుట్టి బుద్ధెరిగినప్పటి నుంచి ఎప్పుడూ తనకు తానుగా నీళ్ళు పోసుకోలేదు. తల దువ్వుకోలేదు, జడ వేసుకోలేదు. అన్నీ నాయనమ్మ ఆధ్వర్యంలో జరిగేవి. వాళ్లింట్లో పనిచేసే జడల తాయారమ్మే సంపదను ఎప్పుడూ సింగారించేది.

ఆ ఊర్లో ఎవరికి పెండ్లయినా, దేవరైనా అక్కడ తాయారమ్మ తయారుగా ఉంటుంది. తలదువ్వి రకరకాలుగా జడలువేయడంలో, కొప్పులు తీర్చడంలో, పూలు ముడవడంలో తాయారమ్మ అందెవేసిన చెయ్యి. ఆ ఊర్లో తాయారమ్మలు ఇద్దరుండటం వల్ల ఆమెకు జడల తాయారమ్మ అనే పేరు స్థిరపడిపోయింది.

స్నానం సంపదే చేసినా జడవేయడం తాయారమ్మకు తప్పింది కాదు. 'ఫరవాలేదు వెయ్యవే! పసిపిల్ల అంత జుట్టు చిక్కు తీసుకొని జడ వేసుకోవడం దానికి చేతకాదు. పైగా నలుగురూ చూడటానికి వస్తారు. ముచ్చటగా ముస్తాబు చేస్తే బాగుంటుంది' అని సంపద నాయనమ్మ సౌభాగ్యమ్మ హుకుం జారీ చెయ్యటంతో తాయారమ్మే తలార్చి, చిక్కుదీసి, నున్నగా దువ్వి నూగుకాయల జడవేసి జడకుచ్చులు పెట్టింది. పసిడిరంగుతో పండబారి ఘుమఘుమలాడుతున్న మొగిలిరేకులను జడ పొడవునా అమర్చి మల్లెపూలు, కనకాంబరాలు, మరువంతో జడకుట్టి నడినెత్తిన నాగరం, జడ పొడవునా జడబిళ్ళలు అమర్చింది.

సంపద మనిషి లావైనా, మొహం గుండుగా ఉన్నా, చామనఛాయ కంటే కొంచెం నలుపైనా కళ ఉన్న మొహం. అందులో అలంకరణలో తాయారమ్మ చెయ్యి పడిందంటే రాయి రత్నంలా మారిపోతుంది. ఎవరిని ఏవిధంగా తీర్చిదిద్దాలో తాయారమ్మకు బాగా తెలుసు.

కస్తూరి పసుపు పూసుకొని పచ్చని పసుపుకొమ్ములా ఉన్న సంపదకు ఎర్రంచు ఆకుపచ్చరంగు కంచి పట్టుచీర కట్టించి, పచ్చలు, కెంపులు పొదిగిన ఆభరణాలను ఒంటినిండా అలంకరింపజేశారు.

పచ్చని తాటాకుల గుడిసెలో పట్టుతివాచీ పరిచారు. అమ్మమ్మ నాలుగు పక్కలా చీపురు పుల్లలు, కత్తులు, చెప్పులు, వేపాకు మండలు అమర్చింది, ఏ దోషమూ తగలకుండా ఉండటానికి చేసిన ఏర్పాటది. తివాచీ మధ్య సిగ్గుల మొగ్గవుతూ చిలకమ్మలా కొలువు తీరింది సంపద.

మూడవరోజు సంపద వాళ్ళ అమ్మమ్మ ఫలహారాలు, పిండివంటలు, పులిహోర, కాయగూరలు, వడలు, సుగీలు, ఓళిగలతో తనవంతు వంటలు తయారు చేసుకొని వచ్చింది. ఖరీదైన కంచిపట్టుచీర, నవరత్నాల నగల సెట్టు మనవరాలికి పెట్టి మురిసిపోయింది. ఆరోజు

ఊరందరికి భోజనాలు పెట్టింది. అమ్మమ్మతో బాటు వచ్చిన మేనమామ పరంధాముడు మేనత్త సుగుణలను చూసి సిగ్గుల మొగ్గవుతూ వంకరలు పోయింది సంపద.

సంపదకు ప్రత్యేకంగా వెండి కంచం, చెంబు, కాఫీ తాగడానికి నగిషీలు చెక్కిన వెండి గ్లాసు ఇచ్చారు. నాల్గో రోజు నుంచి వరసబెట్టి బంధుబలగాలు, చుట్టుపక్కల ఊర్లలోని పరిచయస్తులు, ఊరిలోని వాళ్ళు వంటలు వండి తెస్తూనే ఉన్నారు. తెచ్చిన ఫలహారాలను కొంచెమైనా రుచి చూడాలని సంపదను బలవంతంపెట్టి ఆమె కంచంలో వడ్డిస్తూనే ఉన్నారు. సంపద పుణ్యమా అని ప్రతిరోజూ ఊరి జనమంతా వాళ్లింట్లోనే భోజనాలు కానిస్తున్నారు. అందరు తెచ్చే వంటకాలు అంతమంది తిన్నా ఇంకా మిగిలిపోతూనే ఉన్నాయి.

ప్రతి ఒక్కరూ వాళ్ళు తెచ్చిన వంటకాలను కొంచెమైనా తినాలని పట్టుపట్టడంతో సంపద పరిస్థితి విషమంగా తయారైంది. ఆమె స్థితి ఇప్పుడు బెల్లంపాకంలో చిక్కుకున్న ఈగ చందమైంది. సంపదకు ఐదోనాటికంతా వాంతులు విరేచనాలు మొదలయ్యాయి. ఆ రాత్రికంతా చలిజ్వరం పట్టుకొంది. ఆరో రోజు స్నానం చేసే స్థితిని కూడా దాటిపోయింది సంపదమ్మ.

ఉరుకులు పరుగులతో నాటువైద్యుని రప్పించారు. నాడిపట్టి చూస్తేగాని రోగ లక్షణాలు తెలియవంటాడతడు. ససేమిరా ముట్టుకోవడానికి వీల్లేదంటారు. ఇంట్లో ఆడవాళ్ళు. ఎటూ తేల్చుకోలేక నాలుగు కస్తూరి మాత్రలు పొట్లం కట్టి ఇచ్చి అతని దారిలో అతను జారుకున్నాడు.

ఆ మాత్రల్ని మింగడానికి పొట్లం విప్పిన సంపదకు అవి మొదటిరోజే అమ్మమ్మ, నాన్నమ్మ నెయ్యి, బెల్లం, నువ్వులపొడితో కలిపి చేసిన ఉండలు గుర్తొచ్చి కక్కుకొంది.

సంపద పరిస్థితిని పసిగట్టి బంధువులు తెచ్చే వంటకాలను చావిట్లోనే ఉంచి అటునుంచటే బంధు బలగాలకు, జీతగాళ్ళకు, ఆగంతకులకు, బంతులు తీర్చి వడ్డించడం మొదలు పెట్టారు.

ఎట్టకేలకు కస్తూరి మాత్రలను బలవంతంగా సంపద నోట్లోకి వేశారు.

అవి ఆ రాత్రి ఇంట్లో వాళ్ళనెవ్వరినీ నిద్రపోనీయలేదు.

ఇంటికీ బయటకీ చెంబు పట్టుకొని తిరగడం సంపదకు చేతకాకపోయింది. చెంబుతో పాటు కత్తి, వేపమండలు పట్టుకోమంటారు ముసలమ్మలిద్దరు. దాటు తగులుతుందని వాళ్ళ భయం.

ఉదయానికి సంపద పీల్చేసిన మామిడి టెంకలాగయింది. విరేచనాలు తగ్గాయి. దాని స్థానంలో చలిజ్వరం పట్టుకొంది. నాటు వైద్యుని కాదని బస్తీ నుంచి ఇంగ్లీషు డాక్టరును రప్పించారు. చలిజ్వరంతో వణికిపోతున్న సంపదను ఆరుబయట గుడిసెలో పడుకోబెట్టిన తీరును చూసి అల్ట్రామోడ్రన్ ఇంగ్లీషు డాక్టరు నివ్వెరపోయాడు. స్టెతస్కోపును గుండెల మీద ఉంచబోయిన డాక్టరును కొట్టేంత పనిచేశారు ముసలివాళ్ళిద్దరూ. పరీక్షించకనే పది రకాల మాత్రలు రాసి వాళ్ళ మొహాన కొట్టి, పెద్ద ఉలన్ రగ్గులు కింద ఒకటి పరచి పైన కప్పమని సలహా ఇచ్చి బతుకుజీవుడా అంటూ బయటపడ్డాడా డాక్టరు.

రెండు పూలపూల ఉలన్ రగ్గులు ఉచితంగా వస్తున్నందుకు సాకల సవరక్క చంకలు గుద్దుకొంది.

ఇంత బాగా లేకున్నా ఈగ హనుమంతరెడ్డి కూతుర్ని చూడడానికి రాలేదు. జాతకం చూసి జ్యోతిష్కుడు ఏదో దోషముందని, ఈడొచ్చిన కూతుర్ని కన్నతండ్రి శుభలగ్నంలోనే చూడాలని నిముషాలు, సెకండ్లు లెక్కపెట్టి ఏడవ రోజు వరకు చూడ్డానికి వీల్లేదని చెప్పడం వల్ల ఈగ హనుమంతరెడ్డి ఏడో రోజు ఉదయం కూతుర్ని చూసి కళ్ళనీళ్ళు పెట్టుకున్నాడు.

నేరేడు పండులా నిగనిగలాడే సంపద మొహంలో ప్రేతకళ కనిపిస్తోంది. అనబోయి 'పున్నమి సెంద్రుని లాంటి నా కూతురు మొహం ఇట్లా వాడిపోయిందేమా?' అని వాపోయాడా తండ్రి.

పదకొండవ రోజుకు సంపద కొంత తేరుకుందనే చెప్పాలి. అంగరంగ వైభవంగా ఆమె నారోజు ఇంట్లోకి తీసుకున్నారు. కొన్ని వేలమందికి పిండి వంటలతో భోజనాలు ఏర్పాటు చేశారు.

వడ్డించిన వంటలను, వాటికి కారణభూతురాలైన ఏకైక వారసురాలు సంపదను, ఆమె వెనక ఉన్న ఆస్తిపాస్తులను, కోటలాంటి వాళ్ళ ఇంటిని, ఒంటినిండా నగలతో తిరుగాడుతున్న ఆ ఇంటి ఆడవాళ్ళను చూసిన ముగ్గుబుట్టలాంటి తలతో, బోసి నోటితో ఉన్న ముసలాయనొకడు మనసు పడ్డాడు. ఎలాగైనా వీళ్ళతో సంబంధం కలుపుకోవాలని ఆశపడ్డాడు. ఆయనే గేదెల గంగిరెడ్డి.

గేదెల గంగిరెడ్డి పేరు కూడా ఆ చుట్టుపక్కల వాళ్ళకు బాగా పరిచయమే. ఉన్న ఇరవై ఎకరాలలో గడ్డి పెంచి వంద గేదెలతో పాల వ్యాపారం చేసి కోట్లు కూడబెట్టాడాయన. నోట్లో నాలుక లేనివాడు ఆయన కొడుకు ఈశ్వరరెడ్డి. అంత అమాయకుడైన తండ్రికి చిచ్చర పిడుగులాంటి కొడుకున్నాడు. వాడి పేరు పాపిరెడ్డి. వాడిని చదివిస్తే కట్నకానుకల్ని బాగా గుంజొచ్చనుకున్న గంగిరెడ్డి ఏమీ లేనివాళ్ళని సర్టిఫికేట్ సంపాదించి బోర్డ్ స్కూల్లో చదివించాడు. కాలేజీ చదువుకు పట్నం చేరిన పాపిరెడ్డికి పట్నానికి తోడు వయసు కూడా మీద పడడంతో విచ్చలవిడిగా తిరగడం మొదలుపెట్టాడు. పదిరూపాయలడిగినా మొండిచెయ్యి చూపించే గంగిరెడ్డి భోషాణం ఎక్కడుందో కనిపెట్టిన పాపిరెడ్డి తాతకు తెలియకుండా కావలసినంత కొల్లగొట్టి విచ్చలవిడిగా ఖర్చుపెడుతూ వచ్చాడు. భోషాణంలోకి డబ్బు కూరడమే తప్ప బయటికి తీయడం ఇష్టంలేని గంగిరెడ్డి ఎలుకలు తిన్న ధాన్యంలాగా ఎంత ఖాళీ అవుతుందో కనుక్కోలేక పోయాడు.

పాపిరెడ్డికి సంపదను కట్టబెట్టి ఆమె వెనక ఉన్న సంపదను కూడా కొల్లగొట్టడానికి అన్ని ప్రయత్నాలూ జరిగిపోయాయి. జీన్స్ పాంటు, మోడల్ క్రాఫింగ్, నల్లకళ్ళద్దాలు, నోట్లో ఒకటి రెండు ఇంగ్లీషు మాటల్ని చూసి హనుమంతరెడ్డి తన కూతుర్నివ్వడానికి నిర్ణయించేసుకున్నాడు.

గేదెల వల్ల తన కూతురికొచ్చిన నష్టమేమీ లేదు. పట్నంలో తన కూతురు అష్టసుఖాలను అనుభవిస్తుందనుకున్న హనుమంతరెడ్డి సంపదను పాపిరెడ్డికి కట్టబెట్టాలనే చూశాడు, అతని పాపాల చిట్టా తెలియని హనుమంతరెడ్డి.

రకరకాల రోజా పువ్వుల్లాంటి సుందరీమణులతో పొందు మరిగిన పాపిరెడ్డి పల్లెలోని సంపదను తంగేడు పువ్వుగా భావించి ససేమిరా వద్దన్నాడు. కానీ తాత భవిష్యత్తులో అందుకోబోయే స్వర్గాన్ని చవిచూపి పాపిరెడ్డిని పెళ్ళికి ఒప్పించాడు.

ఘనంగా పెళ్ళి జరిగిపోయింది. పెళ్ళి ఖర్చంతా ఈగయ్యదే. హనుమంత రెడ్డి ఇచ్చిన రెండు కోట్ల కట్నాన్ని భోషాణంలో దాచి, ముతక బియ్యంతో అన్నం పప్పు, గేదెపాలతో పట్చటి మజ్జిగ, పుచ్చు వంకాయల కూరతో తిరుగు పెళ్ళి అయిందనిపించాడు పిసినారి గంగిరెడ్డి.

హనీమూన్ నుంచి తిరిగొచ్చిన సంపద కడుపు ఎపుడు పండుతుందా అని ఎదురు చూస్తున్నారు సంపద అమ్మమ్మ నాన్నమ్మలు.

వాళ్ళడిగిన ప్రశ్నలకు ఏం సమాధానం చెప్పాలో అర్థంకాలేదా ముద్దుగుమ్మకు. సంపద కాపురానికి వెళ్ళి ఆరు నెలలు పూర్తయింది. ఉగాదికి పుట్టింటికి వచ్చిన సంపదను విశేషమేమైనా ఉందా? అంటూ అడిగిన వాళ్ళు అడక్కుండా అడుగుతూనే ఉన్నారు.

బస్తీ సరుకు రుచి మరిగిన పాపిరెడ్డికి సంపదను చూసినపుడల్లా తమ గేదెలు వేసే పచ్చి పేడ ముద్దే గుర్తొచ్చేది. అయినా సంపద వల్ల పట్నంలో పెద్ద బంగళా, కారు, ఇంటికి మనిషి, వంటకు మనిషి, వడ్డించిన విస్తరిలాంటి జీవితం – అందుకే బంగారు గుడ్లుపెట్టే బాతులాంటి సంపదతో సవ్యంగానే ఉంటున్నాడు.

రెండేళ్ళు గడిచిపోయాయి. సంపద కడుపు పండలేదు. ఇంటిల్లిపాదీ దిగులుతో సగమయ్యారు. ముసలమ్మలిద్దరూ సంపద తల్లిని పట్నం పంపారు. ఎన్నివేలు ఖర్చయినా సరే మంచి డాక్టరుకు చూపెట్టమన్నారు.

డాక్టరమ్మ అన్ని రకాల పరీక్షలు జరిపింది. ఆమెకు ఏదో అనుమాన మొచ్చింది. 'భార్యాభర్తలు కలిసి పండుకొంటున్నారా' అని అడిగింది పక్క గదిలోకి తీసుకెళ్ళి. 'ఓ' అంది సంపద. రెండేండ్ల నుంచి ఒకే మంచం పైన పడుకొంటున్నాం. అయినా నాకెందుకు పిల్లలు పుట్టలేదు డాక్టరమ్మా' అంది అమాయకంగా సంపద.

'మీ ఆయన నిన్ను ముట్టుకొంటున్నాడా' అడిగింది డాక్టరు. "ఛీ పాడు మగోళ్ళు ఎక్కడైనా ఆడోళ్ళను ముట్టుకుంటారా అంది అమాయకంగా సంపద . 'మరి ఒకే మంచం మీద పడుకోవడం లేదా?'

'ఆ మంచం మా నాయన చేయించి ఇచ్చాడు. అది నాదని, నేను అక్కడే పడుకోవాలని నానమ్మ, అమ్మమ్మ చెప్పారు. హనీమూన్కు పోయినపుడు కూడా ఒకే మంచముంటుంది, దానిపైన మీరిద్దరూ పడుకోవాలి అని చెప్పారు కదా! మా ఆయనని వేరే మంచం మీద

పడుకోమంటే ఇది మామ నాకిచ్చిన మంచమనినాడు. అందుకే నేనో పక్క పడుకుంటే ఆయన మరో చివర పండుకుంటాడు.'

'మీ ఆయన నిన్నెప్పుడైనా ముట్టుకున్నాడా లేదా' మళ్ళీ అడిగింది డాక్టరమ్మ.

ఛీ

'మీ ఆయన నిన్నెపుడైనా చెయ్యి పట్టుకున్నాడా?"

' ఓ

ఎప్పుడు?'

'పెళ్ళప్పుడు నా చిటికెన వేలు పట్టుకొని పందిరి చుట్టూ తిరిగినాడు కదా! నువ్వు మా పెండ్లికి రాలేదా డాక్టరమ్మా?' అని ఎదురు ప్రశ్నించింది. మళ్ళీ ఏదో గుర్తు తెచ్చుకోనే ఫోజు పెట్టి 'ఆ ఆగ్రాలో తాజ్ మహల్ చూసి ఢిల్లీకి పోయినాము. అక్కడ రోడ్డు దాటేటప్పుడు కారు అడ్డమొచ్చేసింది, అప్పుడు నా చెయ్యి పట్టుకొని లాగాడుగా."

డాక్టరమ్మ అడిగే ప్రశ్నలకు అమాయకంగా సమాధానాలు చెప్తున్న సంపదను చూస్తుంటే డాక్టరమ్మకు జాలేసింది.

లోకజ్ఞానం ఏ మాత్రం లేకుండా పెరిగిందీ పిల్ల. మరి ఆ మొగుడనే వాడెలాంటివాడో! ఇంత అమాయకురాలైన సంపదను ఎందుకు వద్దనుకున్నాడో! డాక్టరమ్మ మెదడులో శతకోటి సందేహాలు.

సంపదను ఏనాడూ ఇంటి గడప దాటనిచ్చిన పాపాన పోలేదు వాళ్ళ ఇంట్లోవాళ్ళు.

సంపదకు ఆరేండ్ల వయసప్పుడు అట్టహాసంగా స్కూల్లో పండగ జరిపి స్కూలు పిల్లలకంతా మిఠాయిలు, బొరుగులు పంచి సంపద చేత అ ఆ లు దిద్దించి స్కూల్లో కూచోపెట్టి వచ్చారు.

కానీ ఒక అరగంట లోపే 'కుయ్యో మొర్రో' అనుకుంటూ వచ్చాడు ఆ స్కూలు టీచర్. ఒక కన్ను వాచిపోయింది. చేతిమీద గట్టిగా కొరకడం వల్ల పండ్లు దిగబడి రక్తం కమ్ముతోంది. వీపుపైన బుగ్గలపైన చారలు కన్పిస్తున్నాయి.

రెండో తరగతి పిల్లవాడు పలకమింద అరటి, ఆవు పదాలు రాసి దిద్దమంటే దిద్దకుండా పక్కవాళ్ళతో మాట్లాడుతున్నాడట. టీచరుకు కోపం వచ్చి బెత్తంతో చేయి చాపమని తలా ఒకటి ఇచ్చుకున్నాడట.

దాన్ని కళ్ళారా చూసిన సంపద టీచరును చావగొట్టి, కొరికి, రక్కి వదిలిపెట్టింది. ఏమైనా అంటే టీచరు ఆ ఊర్లో బతికి బట్టగట్ట లేదు. అందుకే జరిగిన విషయాన్ని సావధానంగా చేరవేశాడు.

బడి వదలగానే ఇంటికొచ్చిన సంపదను వాళ్ళ నాన్నమ్మ ముద్దులతో ముంచెత్తింది. 'ఎంత జాలిగుండే నీది? పిల్లల్ని కొడితే చూడలేకపోయావా? నాయమ్మే, నా తల్లే, అంటూ మెటికలు కూడా విరిచింది. ఆ సాయంకాలం పిల్లకు దిష్టి తీయించింది.

దాంతో సంపదకు అడ్డూ ఆపూ లేకుండాపోయింది. ఆ స్కూల్లో ఒక అయివారికి జుట్టుండేది.

'అ ఆలు దిద్దని వాళ్లందరు లేచి నుల్చోండి' అంటూ సంపదను కూడా నిలబెట్టాడు.

ఆ మర్నాడు అందరూ హోంవర్కు చూపెడుతుంటే మెల్లగా వెనక చేరింది సంపద. అయివారి పిలకకు దారం కట్టి దాన్ని కుర్చీ వెనక కట్టేసింది. అది చూస్తున్న పిల్లలు కిసుక్కుమని నవ్వడం మొదలుబెట్టారు. 'వెధవాయ్, ఎందుకురా నవ్వుతున్నారు?' అంటూ బెత్తం తీసుకొని గబుక్కున లేచాడు పంతులు. అంతే ప్రాణం నషాలానికంటింది. వెంట్రుకలన్నీ ఒక్కసారిగా తలలో నుంచి ఊడొచ్చేసినట్లనిపించింది. తూలి కింద పడ్డాడు. అతనితోపాటే కుర్చీ మింద పడింది.

ఇంకో టీచరు సహాయంతో పైకి లేచిన పంతులు లబోదిబో మన్నాడు. ఇద్దరు టీచర్లు కలిసి ఆ రోజు సాయంకాలం ఈగయ్య దగ్గరికొచ్చారు. మీరిద్దరూ నా కూతురికి ఇంట్లోనే పాఠాలు చెప్పండని హుకుం జారీ చేశాడాయన. కారణమేమైనా సంపదకు చదువంటే ఇష్టం లేకపోయింది. దాంతో అది అటకెక్కి కూచుంది.

లోకజ్ఞానం ఏమాత్రం లేని సంపదను చూస్తే డాకర్టమ్మకు జాలేసింది. "ఎప్పుదు సంపద కలిగిన అప్పుడు బంధువులు వత్తురదియెట్లన్నన్' అన్న పద్యం గుర్తొచ్చింది.

నీ భర్త, నువ్వు శారీరకంగా కలవాలి. అప్పుడే నీకు పిల్లలు పుట్టేది" అంది సంపదతో. నీ కూతురిలో ఎలాంటి ఇబ్బంది లేదు. నీ అల్లుణ్ణి తీసుకురా మాట్లాడాలి, అంది సంపద వాళ్ళ అమ్మతో.

చిన్న పిల్లలంటే ముచ్చటున్న సంపద ఆ రాత్రి భర్త నిద్రపోతుంటే డాక్టరమ్మ చెప్పిన శారీరకంగా కలవాలి అన్న మాటలు పదేపదే మనసులో మెదలుతుంటే గాఢంగా నిద్రపోతున్న భర్త చేతిని తన చేతితో పెనవేసుకుని పడుకుంది. ఉదయాన అతనికి మెలకువ వచ్చి ఆమె చేతిని విసిరికొట్టాడు.

మళ్ళీ డాక్టరమ్మను కలిసిన సంపద భర్త, తనూ శారీరకంగా కలిశామని నొక్కి వక్కాణించింది.

పాపిరెడ్డిని పరీక్షిస్తే గాని ఏ విషయాన్ని నిర్ధారించలేనంది డాక్టరు. డాక్టరమ్మ దగ్గరికి వెళ్ళడానికి పాపిరెడ్డి ససేమిరా ఒప్పుకోలేదు. సంపద తల్లి అల్లునికి ఎంతగానో చెప్పి చూసింది. అయినా వినలేదు.

విషయం ఈగ హనుమంతరెడ్డి దాకా వెళ్లింది. ఆయన గేదెల గంగిరెడ్డిని వెంటబెట్టుకొని పట్నం పయనమై వచ్చాడు.

తాత భయంతో డాక్టరమ్మ దగ్గరికి వచ్చాడు పాపిరెడ్డి. రక్త పరీక్ష, మూత్ర పరీక్షలు జరిగాయి. ఆ ఫలితాలను చూసిన డాక్టరమ్మలో శతకోటి సందేహాలు, వాటి మధ్య భయంకర పెనుభూతంగా అనుమానం.

ఆ అనుమానం నిర్ధారణ కోసం చేయాల్సిన పరీక్షలన్నీ అయ్యాయి. అతనికి ఎయిడ్స్ ఉన్నట్లు తేలడంతో ఈగ హనుమంతరెడ్డి అగ్గి మీద గుగ్గిలమయ్యాడు. డాక్టరమ్మ సర్ది చెప్పాక అతని కోపం శాంతించింది. దానివల్ల భయపడాల్సింది ఏమీ లేదని కొన్ని జాగ్రత్తలు తీసుకుంటే లక్షణంగా కాపురం చేసుకోవచ్చని కానీ పిల్లలు కావాలన్న ఆశ మాత్రం అడియాసే అని చెప్పిందామె. గేదెల గంగిరెడ్డి ఈగ హనుమంతరెడ్డి కాళ్ళను గట్టిగా వాటేసుకున్నాడు. ఈ విషయాన్ని ఎక్కడా పొక్కనీయొద్దని చేతులు పట్టుకున్నాడు. ముఖ్యంగా ఆడవాళ్ళకు తెలిస్తే అల్లరై పోతుందని అడుక్కున్నాడు.

విషయం తెలియని అమ్మమ్మ నానమ్మలు మనవరాలి కడుపులో కాయ కాయడానికి ముక్కోటి దేవతలకు మొక్కుకోవడమేకాక పూజలు, పునస్కారాలు, వ్రతాలు, నోములు, దానాలు ,ధర్మాలు చేస్తూనే ఉన్నారు. ఏ దేవుడు కరుణించాడో పెళ్ళయి ఐదేండ్లు దాటిపోతున్నా ఎయిడ్స్ సోకిన పాపిరెడ్డికి సంపద మీద కాని, ఆమె అందచందాల మీదగాని మనసు పోలేదు.

అమాయకురాలైన సంపద మాత్రం అడపాదడపా భర్త గాఢనిద్రలో ఉన్నపుడు అతి జాగ్రత్తగా అతనిని ముట్టుకొంటూనే ఉంది. తన కడుపు ఎత్తుగా పెరగలేదని పట్టిపట్టి చూసుకొంటూనే ఉంది.

ఊహకందని నిజం

పెళ్ళయిన నాటి నుంచి ఇంట్లో ఉన్నంతసేపు నిమ్మీ నిమ్మీ అంటూ కొంగు పట్టుకు తిరిగే భర్త రామకృష్ణలో వచ్చిన మార్పు జీర్ణం చేసుకోలేకపోతుంది నిర్మల.

పెద్దవాళ్ళు చేసిన పెళ్ళే అయినా భర్త ప్రేమను సంపూర్ణంగా చవి చూసింది నిర్మల. ఇద్దరు పిల్లలు పుట్టేదాకా సంసారం సజావుగానే సాగింది.

ఉన్నట్లుండి రామకృష్ణ ఆలస్యంగా ఇంటికి రావడం, భార్యను అవసరాలకు తప్ప మాట్లాడించక పోవడం, పిల్లల్ని కూడా దగ్గరికి తీయకపోవడం గమనించిన నిర్మలలో అనుమాన బీజాలు మొలకెత్తడం మొదలుబెట్టినాయి.

అవి పెరిగి పూలుపండ్లు కాచే స్థితికి చేరుకున్నాయి. తన భర్త ఎవరిపైనో వ్యామోహం పెంచుకొని తనను నిరక్ష్యం చేయడం లేదు కదా!' అని నిర్మలకు సందేహం కలిగినా అది నిజమా? కాదా? అని తెలుసుకొనే ప్రయత్నం చేయలేదు. చేయడానికి మనసంగీకరించడం లేదు. పనుల వత్తిడి కాబోలు అని సర్ది చెప్పుకుంది. అలా అనుకున్న తర్వాత మనసుకు ప్రశాంతంగా ఉన్నట్టనిపించింది.

అదే నిజమన్నట్లుగా పది పదిహేను రోజుల నుంచి నిర్మలతో ముందులాగే మసలుకొంటున్నాడు రామకృష్ణ. తన జీవితంలో మళ్ళీ వసంతం ప్రవేశించిందని మురిసిపోయింది నిర్మల. తన భర్త ప్రవర్తన గురించి తప్పుగా అంచనా వేసినందుకు సిగ్గు పడింది కూడా.

ఇంకా నయం ఆరాలు తీసి నగుబాట్ల పాలు కాలేదు అని ఎంతగానో సంతోషించింది.

ఆ రోజు హడావిడిగా ఇంట్లో అడుగుపెట్టిన భర్త 'నిమ్మీ నీవు ఎప్పట్నుంచో చూడాలని ఆశపడుతున్నావు కదా! నీ కోరిక తీరే సమయం వచ్చింది. రాత్రికే మన ప్రయాణం, అదీ కారులో. వెంటనే రెడీ అయిపోండి' అంటూ పిల్లల్ని కూడా హడావిడి చేశాడు.

నిర్మలకు కొండెక్కినంత సంతోషమైంది. ఎప్పుడో హైస్కూల్లో చదివేటప్పుడు ఒక నవలలో చదివింది భీమిలి గురించి. సముద్రం, దాని ఒడ్డున ఉన్న ఇసుక దిబ్బలు, వాటినంటి పెట్టుకొని తాటి తోపులు, మధ్య గిలక బావులు, తాటాకుతో అల్లిన బుట్టబొక్కెన్లు, విశాఖపట్నం నుంచి భీమిలి వెళ్ళే సముద్రపు అంచున ఉన్న తారురోడ్డు– ఆ నవల చదువుతున్నప్పుడే భారతదేశంలో తను తప్పని సరిగా దర్శించాలనుకున్న ఊటి, కాశ్మీరుల లిస్టులో భీమిలిని కూడా చేర్చుకుంది.

పెళ్ళయినాక అడపాదడపా భర్త దగ్గర నిర్మల ఈ కోరికను బయటపెట్టేది. రామకృష్ణకు సెలవులు ఎక్కువగా ఉండేవి కావు. సెలవు పెట్టుకొని వెళ్ళాలని నిర్ణయించుకున్నా గర్భం, పిల్లలు, వాళ్ళను పెంచడం – ఇలాంటి సమస్యలతో నిర్మలకు ఆ కోరిక తీరలేదు.

భీమిలి ప్రయాణం అనగానే నిర్మలకు ఎక్కడలేని ఉత్సాహం ముంచుకొచ్చేసింది. నిమిషాల మీద పరిగెత్తి పనులన్నీ చక్కబెట్టంది. సూట్ కేసులలో బట్టలు సర్ది పక్కన బెట్టి స్నానం చేసి రెడీ అయింది. పిల్లల్ని రెడీ చేసింది.

భోజనం వడ్డిస్తూ 'కారులో రాత్రిపూట ప్రయాణం భయం కాదా!' అని అడిగింది భర్తని.

'ఏం భయం? రాత్రిపూటైతే ఒకరోజు కలిసి వస్తుంది కదా! అయినా టాక్సీ డ్రైవర్లు ఆరితేరి ఉంటారు. అలాంటి భయాలేం పెట్టుకోవద్దు' అన్నాడు. ఎంతో ప్రేమగా.

'ఇలాంటి వ్యక్తినా నేను అనవసరంగా అనుమానించాను' అని మనసులో మళ్ళీ అనుకోకుండా ఉండలేకపోయింది నిర్మల.

సాయంకాలం ఐదు గంటలకు కారు బయలుదేరింది. పిల్లలు డ్రైవర్తో పాటు ముందు సీట్లో కూర్చున్నారు. నిర్మల, రామకృష్ణ వెనుక సీట్లో కూర్చున్నారు.

పిల్లలు విజయవాడ పరిసరాలకు రాగానే నిద్రపోయారు.

నిర్మల మాత్రం నిద్రపోలేదు. రోడ్డు వైపు చూస్తూ లారీలు అవి ఎదురొచ్చినప్పుడు డ్రైవర్ను హెచ్చరిస్తూ కూచుంది.

రాత్రి పదకొండున్నర కావస్తుండగా రామకృష్ణ కూడా నిద్రలోకి ఒరిగిపోయాడు. అతనికి ఇబ్బంది లేకుండా అతని తలను తన ఒడిలో పెట్టుకుంది.

కానీ రామకృష్ణ నిద్ర నటిస్తున్నాడే కాని అతనికి నిద్రపట్టడం లేదు. నిర్మల ఆ విషయాన్ని గమనించి నిద్రపోవడానికి అతనికి అసౌకర్యంగా ఉంది కాబోలనుకొని అతను కదిలిన ప్రతిసారి సర్దుకొని ముడుచుక్కూచుంటోంది.

తెల్లవారు ఝామున మూడు గంటలు కావస్తోంది. చెట్లు దట్టంగా ఉన్న ఒక ప్రదేశంలో రోడ్డు నుంచి కాస్త పక్కకు వచ్చి మట్టితో ఉన్న బండి బాటపైన కారు ఆపాడు డ్రైవర్.

రెండుదాకా మెలకువగా ఉన్న నిర్మల కళ్ళు మండుతుంటే అప్పుడే కళ్ళు మూసుకుంది. కారు ఆపగానే మళ్ళీ మెలకువ వచ్చేసింది. తన ఒడిలో పడుకున్న భర్త ఎప్పుడు లేచి కూచున్నాడో! అతని మొహం మీద నిద్ర ఛాయలేవీ కన్పించలేదు. చాలా అలర్టుగా ఉన్నాడు.

'కారేమైనా ట్రబులిచ్చిందా?' అని అడిగింది డ్రైవరునుద్దేశించి నిర్మల. 'ఆ' అని బానెట్ తెరిచిపెట్టి, వెనక డిక్కీ తలుపు తీశాడు డ్రైవర్. రామకృష్ణ కూడా కారు దిగాడు.

యూరినల్స్కు వెళ్తావేమో వెళ్ళు అన్నాడు నిర్మలనుద్దేశించి. పెద్దవాడు లేచి కారు పక్కనే నిలబడి ఆ పని కానిస్తున్నాడు.

నిర్మల కారుదిగి నాలుగడుగులేసింది. 'చిమ్మచీకటిగా ఉంది. ఎక్కువ దూరం పోకు. పాములు అవీ ఉంటాయి' అని హెచ్చరించాడు రామకృష్ణ.

ఆ మాటతో భయపడి ఒకడుగు వెనక్కి వేసింది. 'ఏం భయం లేదు. నేనిక్కడే ఉంటాను. వెళ్ళు ఎందుకైనా మంచిది కర్ర తెస్తానుండు' అన్న రామకృష్ణ డిక్కీలో నుంచి ఇనపరాడ్ తీసుకున్నాడు.

మెల్లగా నిర్మల వెంట నడిచాడు. ఒక్క నిమిషంలోనే 'అమ్మా!' అంటూ కుప్పకూలిపోయింది నిర్మల. తలమీద బలంగా దెబ్బ తగిలింది, చేత్తో వెంటనే తలపట్టుకొంది. చెయ్యంతా రక్తమయమై పోయింది. కళ్ళు బైర్లు కమ్మినట్టయ్యాయి. ఏం జరిగిందో అంచనా వెయ్యలేక పోయింది.ఎవరో దొంగలనుకొంది. 'ఏవండీ!'అని అరిచింది.

కళ్ళు చికిలించుకొని చూసింది. కొత్త వాళ్ళెవరూ లేరు. చేతిలో ఆయుధంతో నిలబడి ఉన్నవాడు తన భర్తే. రహీం త్వరగా తీసుకురా! అంటూ అరుస్తున్నాడు. భర్తను గుర్తుపట్టిన నిర్మల నిశ్చేష్టురాలైంది.

అయోమయంలో పడిపోయింది. క్షణంలో తన తలమీద కొట్టింది తన భర్త కాదనుకొంది. ఏదో జరిగింది. ప్రథమ చికిత్స కోసం కాబోలు డ్రైవర్ను ఏదో తెమ్మంటున్నాడు అనుకొంది అమాయకంగా.

డ్రైవర్ చేతిలోని పెట్రోల్ డబ్బాను తీసుకొని నిర్మలపై కుమ్మరించాడు రామకృష్ణ, అప్పుడర్థమైంది నిర్మలకు. తన భర్త తనను చంపేస్తున్నాడని తెలియగానే భయంతో కంపించిపోయింది. నాన్నా రమేష్ అంటూ కేకేసింది. పిల్లలు గుర్తుకు రాగానే భయంతో కూడిన బాధ శరీరమంతా అలముకుంది.

నిస్సహాయురాలైన నిర్మల 'నన్ను చంపకండి' అని అరవడం మొదలు పెట్టింది. తల్లి అరుపులతో అయోమయంలో పడిపోయిన పిల్లలు కారు దిగడానికి భయపడ్డారు. మా అమ్మను చంపొద్దు అంటూ గట్టిగా అరవడం మొదలుపెట్టారు. ముగ్గురూ చేస్తున్న హాహాకారాలు మిన్ను ముడుతుంటే దయా దాక్షిణ్యాలు ఏ మాత్రం లేని రామకృష్ణ అగ్గిపుల్ల గీసి నిర్మలపైకి విసిరేశాడు.

మంటల్లో చిక్కుకున్న నిర్మలను అక్కడే వదిలి కారులో ఉడాయించాడు. కన్నబిడ్డలు వేడుకొంటున్నా ఆ కిరాతకుడి మనసు కరగలేదు.

నిర్మల మంటలకు తాళలేక పోయింది. కాలిన గాయాలతో ఎలాగో కేకలు పెడుతూ పొలాల వెంట దొర్లుకుంటూ, పడుతూ లేస్తూ పక్కనే ఉన్న పల్లెకు చేరుకుంది. గొడ్లకు గడ్డి వేస్తున్న గ్రామస్థుడొకడు ఈమె అరుపుల్ని ఆలకించి నలుగుర్ని కేకేశాడు. వాళ్ళు ఆమెను కాపాడే ప్రయత్నం చేశారు.

కొంతమంది ఆమెను పలకరించి అసలు విషయాన్ని రాబట్టడం మొదలుపెట్టారు. తమది మహబూబ్ నగర్ జిల్లాలోని గద్వాల్ పక్కన ఒక చిన్న పల్లెటూరు అంది. భీమిలి చూద్దానికి భర్త, పిల్లలతో బయలుదేరి వచ్చామని ఎందుకో భర్తే తనను చంపేందుకు సిద్ధ పడ్డాడని విలపించింది.

భీమిలి చూపిస్తానని ఎంతో నమ్మకంతో కారులో ఇంతదూరం తీసుకొచ్చి తనపై పెట్రోల్ పోసి నిప్పంటించాడని తెలిపింది.

తన అక్క బావలు విజయవాడలో ఉంటారని వాళ్ళ ఫోన్ నెంబర్ చెప్పింది. వాళ్ళకీ విషయాన్ని తెలియజేయమని గ్రామస్థులను దీనాతి దీనంగా వేడుకొంది.

తనకు ఇద్దరు పిల్లలని, కొడుకు, కూతురు ఇద్దరూ కార్లోనే ఉన్నారని చెప్పింది. నన్నే చంపినవాడు నా పిల్లల్ని బతకనిస్తాడా? అంటూ కళ్ళ నీళ్ళు పెట్టుకొంది.

డ్రైవర్ తెలిసిన వాడేనా? అని అడిగారెవరో. తెలియదని అతని పేరు రహీం అని కారు బాడుగదని అంది.

'పిల్లలకు ఈ విషయం తెలుసా?' అని అడిగిందొకామె. పిల్లల ప్రసక్తి రాగానే మళ్ళీ నిర్మల కంట్లో నీళ్ళు కాలవలు గట్టాయి.

'పెట్రోల్ పోసి నిప్పు అంటిస్తుంటే నన్ను చంపవద్దంటూ వేడుకున్నాను. కారులో ఉన్న నా పిల్లలు కూడా మా అమ్మను చంపొద్దు, వదిలిపెట్టండి అని కేకలు వేయడం విన్పించింది." అని చెప్పింది. ఆ మాటలంటూంటే నిర్మల మొహంలో శారీరకమైన బాధ కంటే మానసికమైన వేదన దోబూచులాడడం గమనించారక్కడి వాళ్ళు.

బాధితురాలి దగ్గరి నుంచి ఇంకా విషయాల్ని రాబట్టాలని అనుకొంటుండగా 'దాహం' అన్నట్లు సైగ చేసి మగతగా కళ్ళు మూసుకుంది నిర్మల.

నీళ్ళు తెచ్చేవరకు ఎవరూ ఆమెను మాట్లాడించే ప్రయత్నం చేయలేదు.

ఇద్దరు వ్యక్తులు ఎడ్లబండిని సిద్ధం చేస్తున్నారు. బండిలో ఎండుగడ్డి పరిచారు. దానిపైన వేయడానికి దుప్పటి కోసం పరుగు తీసిందొకావిడ.

కొంతమంది యువకులు ఆ మసక చీకట్లో రోడ్డువైపు దారి తీశారు. నిప్పంటించిన స్థలాన్ని కళ్ళారా చూశారు. మళ్ళీ బాధితురాలున్న చోటికి పరిగెత్తారు. అప్పటికే ఆమె ప్రాణాలు అనంతవాయువుల్లో కలిసి పోయాయి.

నీళ్ళు తాగిన కొంతసేపటికే ప్రాణాలొదిలింది నిర్మల. పిల్లల అరుపుల గురించి చెప్పినాక మళ్ళీ ఆమె నోరు విప్పలేదు కాని వాళ్ళ గురించిన అభద్రతా భావం మాత్రం నిర్జీవంగా ఉన్న ఆమె మొహంలో ఇంకా ప్రస్ఫుటంగా కన్పిస్తూ ఉంది.

రాజమండ్రికి దగ్గరలోనే ఈ సంఘటన జరిగింది కాబట్టి అక్కడి పోలీస్ స్టేషన్లోనే ఫిర్యాదు చేయాలనుకున్నారు ఆ ఊరివాళ్ళు.

నిందితుడు విశాఖపట్నం వైపు వెళ్ళాడా, లేక వెనుతిరిగాడా, లేక ఏదైన ఊర్లో తలదాచుకున్నాడా? ఊహించలేకపోయారు. అతని పేరు తెలుసు కాబట్టి ఫిర్యాదు చేయొచ్చనుకున్నారు.

'వాడెక్కడ పనిచేస్తాడని చెప్పింది' అని అడిగాడు ఒక పెద్దమనిషి. పోలీస్ స్టేషను కు బయలుదేరుతున్న వాళ్ళలో అతనూ ఒకడు.

ఆ విషయం ఎవరూ తెలుసుకోనందుకు బాధపడ్డారు. ఆమె విజయవాడలో ఉన్న వాళ్ళక్క ఫోన్ నెంబర్ చెప్పింది కాని అంత పెద్ద నెంబరు రాసుకోకుండా గుర్తు పెట్టుకోవడం కష్టమైంది.

వాళ్ళలో రాము అనే యువకుడు మాత్రం తనకు గుర్తుందని ఒక నెంబర్ చెప్పాడు . ఆ నెంబరుకు వెంటనే ఫోన్ చేశారు. ఆ ఇంటి స్త్రీ నాకు ఎవరూ చెల్లెలే లేరంది. చివరి రెండు నెంబర్లయిన 84 లో ఏది ముందో ఏది చివరో అనుమానంగా ఉందన్నాడు రాము. 84 కి బదులు 48 కు చేసి చూశారు.

ఆమె తనకొక చెల్లెలుందని, హైదరాబాద్లో ఉంటుందని తెలిపింది. 'పిల్లలున్నారా' అని అడిగితే ఒక బాబు పాప ఉన్నారంది. ఆమె చనిపోయినామెకు అక్కే అని నిర్ధారించుకున్న తర్వాత అసలు విషయం బయటపెట్టారు.

నిర్మల వాళ్ళక్కా బావల ద్వారా రామకృష్ణ అడ్రస్ తెలుసుకున్నారు పోలీసులు. హైదరాబాదు పోలీసులు అతనిని అరెస్ట్ చేసే ప్రయత్నంలో అతని ఇంటికి వెళ్ళారు కాని అతను అంతులేడు.

ఎట్టకేలకు నాలుగో రోజు రాజమండ్రిలోని ఒక లాడ్జిలో అతడు పట్టుబడ్డాడు. ఆ లాడ్జిలోని కౌంటర్ నుంచే అతడు రమ్య అనే స్త్రీకి రెండు మూడు సార్లు ఫోన్ చేసిన విషయం కూడా బట్టబయలైంది. రమ్య ఎవరని ఆరాలు తీసారు. రమ్యను పెళ్ళి చేసుకోవడానికి నిర్మల ఒప్పుకోదనే ఉద్దేశంతోనే ఆమెను చంపేసినట్లు ఇంటరాగేషన్లో బయటపెట్టాడు.

నిర్మల చనిపోయిన మూడో రోజు రాజమండ్రి సమీపంలోని ఒక దిగుడు బావిలో ఇద్దరి పిల్లల శవాలు తేలినట్లు పేపర్లో వచ్చిన వార్త చూసి నిర్మల బంధువులు మళ్ళీ ఒకసారి గొల్లుమన్నారు.

విషయం తెలిసిన రమ్య జరిగిన ఉదంతాన్ని తానే స్వయంగా పోలీసులకు చెప్పింది.

హైదరాబాద్లోని ఏ.పి టూరిజం శాఖలో క్లర్క్ గా ఉన్న రామకృష్ణకు అదే ఆఫీసులో క్లర్క్ గా పనిచేస్తున్న రమ్యతో పరిచయం పెరిగి పెద్దదై ఒకరికొకరు అనే స్థాయికి ఎదిగింది.

రామకృష్ణ స్వతహాగానే కలుపుగోలు మనిషి. అందంగా కూడా ఉంటాడు. ఇద్దరు బిడ్డల తండ్రయినా వయసులో ఉన్నవాడు.

మొదట కొలీగ్స్ అందరూ ఏ మీటింగ్ కోసమో, లంచవర్లోనో ఒకచోట కలిసినప్పుడు కొత్తగా ఆఫీసులో చేరిన రమ్య, రామకృష్ణ చమత్కారమైన మాటల్ని ముచ్చటగా వింటూ అతని చేష్టల్ని మనసారా తిలకిస్తూ మౌనంగా ఉండిపోయేది.

'నోటి ముత్యాలు రాలిపోతాయని కాబోలు రమ్యగారు అస్సలు మాట్లాడరు` అని జోక్ చేశాడొకసారి రామకృష్ణ.

ఇష్టాయిష్టాలను గ్రహించే శక్తి మనసులకు తెలిసిపోతాయి కాబోలు. రమ్యకు ఆఫీసు వ్యవహారాల్లో సందేహం వచ్చినపుడు రామకృష్ణను అడిగి తెలుసుకొనేది. రామకృష్ణ కూడా రమ్యకు ఆఫీసు పనుల్లో చేదోడు వాదోడుగా ఉండడం అలవాటు చేసుకొన్నాడు. క్రమంగా సొంత పనులు కూడా చేసిపెట్టేవాడు.

హైదరాబాదులో పనిచేసే రమ్య సొంత ఊరు అనంతపురం జిల్లాలోని ఉరవకొండకు పండగ పబ్బాలకు రావలసి వచ్చినప్పుడు టికెట్ రిజర్వు చేయటం, ట్రైనో బస్సో ఎక్కించడం వరకు ఎదిగింది వాళ్ళ స్నేహం. హైదరాబాదులో కూడా రమ్యకు సంబంధించిన కరెంట్ బిల్లు కట్టడం, ఫోన్ బిల్లు కట్టడం తన బాధ్యత అన్నట్లు చేసేవాడు.

చివరికి సెలవు దినాల్లో కూడా ఒకరినొకరు చూడకుండా ఉండలేక ఏ ట్యాంకుబ్యాండ్ మీదో, లుంబిని పార్క్ లోనో కలుసుకొనేవాళ్ళు. రామకృష్ణ బైక్ మీద గోల్కొండ కొకసారి, జులాజికల్ పార్కుకొకసారి వెళ్ళొచ్చారు కూడా.

రామకృష్ణ పెళ్ళయిన వాడన్న స్పృహ రమ్యకు ఏ కోశానా ఉండేది కాదు. అతడంటే ఇష్టం అంతే. దాని పరిణామాలు ఎలా ఉన్నా అది తరువాతి విషయం అనుకొనేది.

రమ్యతో పాటు వాళ్ళక్క కూతురు శిల్ప ఉండేది. తను శ్రీ చైతన్యలో ఇంటర్మీడియట్ చదువుతోంది. మొదటి సంవత్సరం పరీక్షలయ్యాక పదిహేను రోజుల సెలవులో సొంత ఊరైన ఆదోనికి వెళ్లింది శిల్ప.

ఈ పదిహేనురోజులు రామకృష్ణ, రమ్యలు విచ్చలవిడిగా తిరిగారు. సినిమాలకెళ్ళారు. షికార్లు కొట్టారు. ఇంట్లో వంట చేసుకొని ఒకే కంచంలో భోం చేశారు. ఒకే మంచంలో నిద్రించారు. ఒకటైపోయారు. ఒకరినొకరు వదలలేని స్థితికి చేరారు.

పూర్తిగా మునిగిన తర్వాత రమ్యలో భవిష్యత్తు గురించిన భయం బయలుదేరింది. రామకృష్ణను పెళ్ళి చేసుకుందామని శతవిధాలుగా తొందర చేసింది.

రామక్రిష్ణకిప్పుడు రమ్యే లోకం. ఇద్దరు పిల్లలు కలిగిన తను రమ్యతో పరిచయం పెరిగిన తర్వాత నిర్మలను, పిల్లలను ఎలా వదిలించుకోవాలా అని ఆలోచిస్తున్నాడు.

కాని రమ్యకు ముందే రామకృష్ణకు పెళ్ళయిన విషయం తెలుసు.

అయినా తన మనసు, శరీరం రెండూ ఇప్పుడు తన ఆధీనంలో లేవు. గౌరవంగా బతకడానికి తన మెడలో తాళి పడిందంటే చాలు. తన జీవితాన్ని తను గడపగలననుకొంది.

అంతేకాని రామకృష్ణ ఇంత క్రూరంగా ప్రవర్తిస్తాడనుకోలేదు.

రమ్యకు తలుచుకొనే కొద్దీ శరీరంపైన తేళ్ళు జెర్రులు పాకినట్లయింది. ఆఫీసులో కూడా తలెత్తుకోలేక పోయింది. అందరూ అసలు తప్పంతా తనదే అన్నట్లు చూస్తున్నారు. తనకు నిందితుడైన రామకృష్ణతో ఉన్న సంబంధం గురించి పేపర్లు ప్రధానంగా రాశాయి. రమ్య చెప్పిన విషయాలనంతా తు.చ. తప్పకుండా పోలీసులు రికార్డు చేసుకున్నారు.

రమ్య అరెస్టయినట్లు పేపర్లో చదివి ఆమె తల్లిదండ్రులు, అన్న, అక్క, బావలు హైదరాబాద్ పరిగెత్తుకొనొచ్చారు. నిజం ఒప్పుకున్న రమ్యను బెయిల్ మీద విడుదల చేశారు. వాళ్ళ మొహం చూడలేక గది తలుపు గడియ పెట్టుకుంది రమ్య.

'రమ్య మీద కోపం ఉన్నా, నువ్వేం వాళ్ళను చంపమన్నావా ?నువ్వెందుకు సిగ్గు పడడం' అంటూ అన్న, తల్లిదండ్రులు తలుపుకివతల నుంచి ఓదార్చి రమ్యను బయటకి వచ్చేట్లు చేశారు.

రమ్య అవమానంతో ఏదైనా అఘాయిత్యం చేసుకుంటుందేమో అన్న భయం వాళ్ళనలా మాట్లాడనిచ్చింది.

కానీ మూడు నిండు ప్రాణాలు బలి కావడానికి దుర్మార్గుడైన రామకృష్ణ కంటే కూడా తానే కారకురాలు అన్న భావన రమ్యను పీడిస్తూనే ఉంది. తనకు శిక్ష పడితే గానీ మనశ్శాంతి ఉండదని అనుకొంది రమ్య.

ప్రసవ వేదన

మొగం వేలాడేసుకొని ఉసూరు మంటూ వచ్చిన మొగ్గుణ్ణి చూసిన భాగ్యమ్మ మనసు భారమైంది. కూతురి మొహం మింద కూడా ఏదో తెలియని వేదన తారట్లాడింది. ఉయ్యాల్లో బిడ్డ మాత్రం ఈలోకం తీరు ఇంకా తెలియక పోవడం వల్ల నిశ్చింతగా నిద్రపోతోంది.

పుట్టడమే ఆ బిడ్డ పసిరికలతో పుట్టడం వల్ల ఇంకో నాలుగురోజులు అదనంగా ఆస్పత్రిలో ఉండాల్సి వచ్చింది. దాంతో కట్టాల్సిన బిల్లు కూడా దానిష్టంగా పెరిగిపోతోంది.

'సరే, నేనింటికి ఎల బారతా' అని పైకి లేచిన భర్త వెంట భార్య భాగ్యమ్మ కూడా నడిచింది. ఆస్పత్రి గేటు దగ్గరికి వచ్చినాక భర్త మొహంలోకి చూసింది. ఆ చూపులకు సమాధానంగా 'తిరగని ఊరులేదు. అడగ్గాడనోళ్ళను కూడా అడిగినాను. వానలు లేక తిండి గడవడమే అందరికీ గగనంగా ఉంది. అప్పిచ్చే ఆసాములు మనకింకెవరుండారు' అన్నాడు వెంకటేశం.

'అట్లని అప్పు దొరికే దాకా ఆస్పత్రిలో ఉండలేము కదా. డాక్టరమ్మ రేపు ఇంటికి పోవచ్చునింది.'

'పంపిస్తాది సరే. లెక్క కడితేనే కదా'

సీతరాము సారోళ్ళను అడక్కపోయినావా'.

ఏ మొగం బెట్టుకొని పొయ్యి అడిగేది. పెండ్లికి ముందే రెండు వేలు అప్పు జేస్తిమా, పెండ్లప్పుడు అయిదు వేలు తీసుకుంటిమా. మూడేండ్లయినా ఏడు వేలలో ఒక పైసా కూడా కట్టకపోతిమి. నెల నెలా వాళ్ళిచ్చే జీతంలో పదో పరకో పట్టియకపోతిమి' అంగలార్చాడు వెంకటేశం. 'రాజారావు సారును అడగ్గూడదా?' అంది భాగ్యమ్మ ఒక్కొక్కరిని గుర్తుచేసుకొంటు.

వాళ్లింటికీ గుడ్డలుతకను పోక నెల కావస్తా ఉంది. ఈయమ్మ పని చేసుకోలేక దినాము కన్పించి నోళ్ళతో అంతా చెప్పి పంపిస్తా ఉండాది. పనికి పోకుండా దుడ్లడిగితే ఎవరు మాత్రం ఇస్తారు.

'అల్లుడికి టైఫాయిడ్ జరమొచ్చిందని సెప్పినాం గదా'

'సెప్పినాము సరే. ఏ సందులోనో ఎవురో ఒకరు పొయ్యి ఒక పనో, అరపనో సేసియ్యాల కదా".

'జరం తగ్గినాకన్నా పోతాడనుకుంట్ని, నీరసమని పనికి నాగం పెట్టావొచ్చినాడు. ఇంగిప్పుడు ఆస్పత్రి సుట్టూ తిరగను సరిపోయా'.

'డాక్టరమ్మ పాపకు పండ్లు, కూరగాయలు బాగా పెట్టమంటా ఉండాది. కూటిమెతుకులు, చింతొక్కు తప్ప ఏమి లేకపోయే. ముందిక్కడి నుంచి బయటపడితే గండం గడిచినట్లే. సరే నేవస్తా. బద్రంగా ఉండండి.'

వెంకటేశం పొద్దునుంచి తిరిగి తిరిగి నీరసంగా ఉన్నా పెద్ద పెద్ద అంగల్తో బస్టాప్ దెగ్గరికి నడిచాడు. ఆడ నిలబడే శక్తి లేక నేలమిందనే కూల బడ్డాడు. ఒక పది నిమిషాలకే పుట్టెడు బిడ్డల తల్లిలా బస్సొచ్చి ఆగింది.

అడుగు పెట్టడానికి సందులేని ఆ బస్సులోకి ఏడెనిమిది మందితో పాటు తనూ లోపలికి చొచ్చుకుపోయాడు.

మాసిన గుడ్డల మూట మధ్యలో ఉన్న అడ్డపంచె మాదిరిగా ఇరుక్కుపోయి గాలాడక సతమతమవుతున్న వెంకటేశం గుప్పెడు మనసులో నుంచి ఆలోచనల ఆవిర్లు పొగలు సెగలై కాల్చేస్తున్నాయి.

ఎవరో తోసుకొని బస్సు దిగడంతో ఈ లోకంలోకి వచ్చిన వెంకటేశు ఉలిక్కిపడి మనుషుల్ని నెట్టుకుంటూ బస్సయితే దిగాడు కానీ ఇంటికి పోబుద్ధి కాలేదు.

అత్తింట్లో ఊరి గుడ్డలన్నీ ఉతకలేక అల్లాడుతున్న కూతుర్ని, అల్లుణ్ణి ఇంటికే తెచ్చుకున్నాడు. ఎవురి కాళ్ళయినా పట్టుకొని అల్లునికి హాస్టల్లో ఏదైనా ఉద్యోగం ఇప్పించుకోవాలని అనుకున్నాడు. కానీ ఇప్పించలేకపోయాడు.

బస్సు దిగి చింతచెట్టు మొగదల్లో ఉన్న చిన్న బండ మింద కూర్చుని దిక్కు తోచని స్థితిలో ఆలోచనల్లో మునిగిపోయిన వెంకటేశం, ఎర్రప్ప పలకరింపుతో ఈలోకంలోకి వచ్చాడు.

'మీ ఇయ్యంకులోళ్ళు వచ్చినారు కదప్పా. నువ్వేడికో పయనమయినట్లుండావే' అని అడిగిన ఎర్రప్ప మాటలకు వెంకటేశాన్ని ఇంకా నీరసం ముంచెత్తేసింది.

ఇంట్లో ఉప్పు పప్పు కూడా నిండుకున్నాయి. ముసల్ది పొద్దున్నే చెప్పింది. ఇప్పుడు సుట్టాలు దిగాబడినారంటే ఏం చేయాలో! వాళ్ళు మనవరాల్ని చూడాలనొచ్చినారు. దూరాబారాన్నుంచి వచ్చినోళ్ళు పురుడయ్యేదాకా పోరేమో! ఎట్లా సేసేదబ్బా అని మనసులోనే మదనపడిపోయినాడు.

'వాళ్లొచ్చింది నాకు తెల్దులే ఎర్రప్పన్నా, ఇబ్బుడు టౌను నుంచి బస్సు దిగినాను. కూరాకోళ్ళ సుబ్బయ్యతో సిన్న పనుంది. ఎద్దుల్ని ఇంటికాడ కట్టేసొస్తానంటే ఈడే కూలబడినా' అని చిన్న అబద్ధం చెప్పి చేసేది లేక భుజం మింద ఉన్న తువ్వాల్ని ఇదిలించి మిందేసుకొని ఇంటి మొగం బట్నాడు.

వెంకటేశం ఇంటి సందు మలుపు తిరిగేసరికి వియ్యంకుడు ఆదయ్య తోచి తోచనట్లు ఇంటిముందున్న యాపసెట్టుకాడ నిలబడి ఎదురుసూస్తా ఉండాడు.

'ఏం బావ ఎంతసేపైంది వొచ్చి' అని సమాధానం కోసం చూడకనే 'అక్క కూడా వొచ్చిందా?' అని అడిగి ఇంట్లోకి నడిచినాడు. ఇంట్లో చాపకింద కూచోని కాఫీని ఊదుకుంటూ తాగుతా ఉంది

సుబ్బమ్మ. వెంకటేశం రెండో కూతురు మీనాక్షి కాఫీ గ్లాసు తెచ్చి వెనకే వచ్చిన ఆదయ్యతో కాఫీ తాక్కుండా యాడికి బోతివి మామా' అంటా ఆయన చేతిలో పెట్టింది.

'మీ నాయనకు ...” అన్న మామతో 'నాయన కాఫీ మానేసినాడు' అని అబద్ధం చెప్పింది లౌక్యం తెలిసిన మీనాక్షి.

వేడిగా కాఫీతాగి నీరసాన్ని తగ్గించుకోవాలన్న వెంకటేశం ప్రాణం కూతురి మాటలతో ఉసూరుమంది.

మీనాక్షి కూడా కాఫీ నాయిన్కి కూడా కొంచిం ఇచ్చింటే బాగుండు. యాడాడో తిరిగి అలిసిపోయి వొచ్చుంటాడు అని బాధపడింది.

చెక్కరొకరింట్లో, పాలోకరింట్లో బదులు తెచ్చుకొని చిటికెడు కాఫీపొడితో వొచ్చిన బంధువులకన్నా ఇచ్చానని తృప్తిపడింది.

ఆ రాత్రి నల్లమనాయుడొళ్ళ కోళ్ళ ఫారంలో అప్పు పెట్టి అరడజను గుడ్లు తెచ్చి పులుసు చేసి చుట్టాలకు పెట్టిన పన్నెండేండ్లయినా నిండని మీనాక్షిని చూసి మురిసిపోయినాడా తండ్రి.

వాళ్ళను ఆస్పత్రికి తీసకపోవడానికి కూడా డబ్బుల్లేవు. పల్లెటూర్లో అసుర సంధ్యవేళ దీపం బెట్టినాక డబ్బులెవ్వరూ ఇవ్వరు. వాళ్ళు కాఫీ తాగినాక ఆస్పత్రికి పోదామన్నప్పుడు ‘ఇప్పుడింక డాక్టర్లు మనల్ని రానియరు' అని తప్పించుకున్నాడు.

ఆ రాత్రంతా వెంకటేశానికి కంటినిండ కునుకు లేదు. కంటి మేఘాలు చినుకుల్ని వర్షిస్తూనే ఉన్నాయి. ఏ తెల్లవారుఝామునో ఆ కన్నీటి వర్షం ఆగింది. కళ్ళముందు యూనివర్సిటీలో చదువుతూ ఎలాంటి దిగులూ లేకుండా తిరిగే సుబ్బారెడ్డి కళ్ళ ముందు నిలిచాడు.

ఉదయాన్నే హాస్టలు కు వెళ్ళాడు. 8.40కి సుబ్బారెడ్డి పాన్పు దిగేదాకా పడిగాపులు పడినాడు. అప్పటికప్పుడంటే తన దగ్గర డబ్బుల్లేవని బస్టాండు దగ్గరుండే ఐరన్ షాపు దగ్గర పది గంటల తర్వాత కలవమని అన్నాడు సుబ్బారెడ్డి.

'ఇప్పుడొక రెండు వందల రూపాయలుంటే ఇయ్యండి సార్' అని అడగలేక అడిగాడు వెంకటేశం.

వంద నోటుతో చుట్టాలకు మాత్రం క్యాంటిన్లో ఇడ్లీలు పార్సిల్ కట్టించుకున్నాడు. వాళ్ళను ఆస్పత్రికి తీసుకుపోవాడానికి, మళ్ళీ తీసుకురావడానికి డబ్బులు మిగుల్చుకున్నాడు.

ఇంటికొచ్చే పాటికి కూతురు అన్నం వండి పథ్యానికి చారు పెట్టింది. మధ్యాన్నం చుట్టాలకు ఏం చేసి పెట్టాలో అర్థం కాలేదు.

తండ్రి రాగానే పెరట్లోకి పిలిచి అడిగింది. గుడ్ల మీద కూచున్న పొదుగు కోడి తప్ప ఇంకేమి ఇంట్లో లేదు. ఆ కోడినే కోసి కూర చేయమన్నాడు.

‘టిఫిన్ చేస్తురు రండత్తా. మామ నువ్ కూడా అని పిలిచింది మీనాక్షి.

'నువ్ కూడా అంటావేం కోడలా. ముందు మీ యత్తని పిలిచి ధర్మానికన్నట్లు నువ్ కూడా రా మామా అంటావా' అని పరాచికాలాడాడు వియ్యంకుడు మీనాక్షితో.

ఆ మాటలకు కోణ్ని కొయ్యడానికి చురకత్తి నూరుకుంటున్న వెంకటేశం పెదవులపైన కూడా నవ్వు వెల్లివిరిసింది.

' మీ నాయన్ని కూడా రమ్మను ' అన్నాడు మామ

'నువ్వూ రా నాయన'' అని పిలిచింది. అది తప్పించుకోడానికే కత్తి తీసుకున్నాడని మీనాక్షికి తెలుసు.

'మీరు కానీయండి చిటికెలో వస్తా ' అని వెంకటేశం నుంచి సమాధానం రావడంతో వాళ్ళు టిపినుక్కూచున్నారు. వాళ్ళతో పాటు అవ్వకు, మంచం మిందున్న తాతకు తలా రెండు పెట్టిచ్చింది. అన్నలిద్దరూ బయట హోస్టల్లో తింటారు. పెద్ద కొడుకు హోస్టల్లో సర్వర్. చిన్న కొడుకు ఫ్రీ ఫుడ్ వర్కర్.

చిటికెలో వస్తానన్న వెంకటేశం వాళ్ళు తినడం పూర్తయినా రాలేదు. వియ్యంకుడు చెయ్యి కడుక్కోను బయటకి వచ్చినాడు. అప్పటికే కోడి గొంతు కోసి బొచ్చు పెరికి పేడ తట్టలో ఏసి తాటిమట్టను అంటించి కోడిని తిప్పించి మళ్లించి కాలస్తా ఉన్నాడు వెంకటేశం.

'ఇప్పుడదంతా ఎందుకప్పా' అనకుండా ఉండలేక పోయినాడు వియ్యంకుడు.

వీళ్ళ బాధ, ఆలోచన వేరు. కోడి అయితే ఒక్క కూరతో పోతుంది. అదే వేరే అయితే పప్పుతో పాటు నంజుడుకు ఏదైన కాయకూర కావాల. చుట్టాలు కదా! వడో పాయసమో చేయాల.

పేదోళ్ళ కష్టాలు పెరుమాళ్ళ కెరుక. కూతురందించిన క్యారీరు తీసుకొని చుట్టాల్ని వెంటబెట్టుకొని ఆస్పత్రికి బయలు దేరినాడు. అప్పటికే పదిదాటింది.

భాగ్యమ్మ పక్కనుండే హోటల్ నుంచి ఇడ్లీలు తెచ్చి బాలింతకు పెట్టింది. అప్పటిదాకా ఆమె ఏమీ తినలేదు. భర్త తెచ్చే కూటి మెతుకుల కోసం కాచుకోనుంది.

వచ్చి రాంగానే తట్ట తీసుకుంటే వియ్యంకులేమనుకుంటారో అని మొహమాట పడింది. పలకరింపులయ్యాక వాళ్ళ మనవరాలి సుద్దులు మాట్లాడతా ఉంటే 'అమ్మ నువు బోయి టిఫీన్ తిను' అనింది కూతురు.

'పదకొండవతా ఉంది. ఇంకా ఏమి తినలేదా' అని నొచ్చుకుంది వియ్యపురాలు.

'సిన్నగా కడుపు నొస్తా ఉందొదినా. అందుకే తినలా' అని అంది. భాగ్యమ్మ మంచం కవతల కూచుని ఆవురావురని చారన్నంతో కడుపు నింపుకొనింది. వెంకటేశం సుబ్బారెడ్డి రమ్మన్న అంగడి దగ్గరికి పది గంటలకే వెళ్ళాల్సి ఉంది.

'నాక్కొంచం పనుంది బావా. పోయి అరగంటలో వచ్చేస్తా' అన్నాడు లేస్తూ.

'నేనీడుండి ఏం చేయాలి. నేనూ వస్తాపద' అన్నాడు

'ఎండగా ఉంది. నువ్వెందుకులే' అని వారించినా వినలేదు.

బస్టాండు దగ్గర సుబ్బారెడ్డి చెప్పిన అంగడికి చేరేసరికి పావు తక్కువ పన్నెండయింది. అక్కడ సుబ్బారెడ్డి లేడు. అడిగితే 'నువ్వేనా వెంకటేశం. నీకోసం చూసి చూసి ఆయనిప్పుడే పోయినాడు. నువ్వేదో లెక్క కావాలంటివని సెప్పినాడు. అయిదు రూపాయలు వడ్డీ. నెల నెలా వడ్డీ దుడ్లు ఎప్పటికప్పుడు కట్టాల్సుంటాది' అన్నాడు అంగడతను.

వడ్డీ వ్యాపారం చేసి బల్సినట్టుండాడు. రక్తాన్ని పీల్చే జలగలాగా కన్పించాడు వెంకటేశం కండ్లకి.

ఆ నెల వడ్డీ 250 రూపాయలు పట్టుకొని 4750 రూపాయలు వెంకటేశం చేతిలో పెట్టినాడు 'లెక్కపెట్టుకోప్ప' అని. ఆ ఓపిక కూడా లేని వెంకటేశం ఆ దుడ్లు తీసుకొని జోబిలో కుక్కుకున్నాడు.

రోడ్లో బంకు దగ్గర కొచ్చేసరికి ఆడబిడ్డను కుప్పతొట్లో పారేసిన వార్త గురించి మాట్లాడుకుంటూ ఉండారు. అది వినిన వెంకటేశానికి ఒళ్ళు జలదరించింది.

ఇంకింత కష్టం రానీలే నా బిడ్డల్ని వొదిలి పెడతానా. నా కూతుళ్ళిద్దరు నాకు రెండు కండ్లు. వాటిని పొడుచుకొని కబోది కాలేను. ఎంతైనా అప్పు కానీలే. నా ఒంట్లో రక్తం, శక్తీ ఉండేదాకా కష్టపడతాను' అని మనసులో అనుకొంటుంటే గర్వమనిపించింది.

ఆలోచనల్లో పడిపోయిన వెంకటేశం మావా అని వియ్యంకుడు ఏదో చెప్పబోయిన మాటల్ని చెవుల్లో ఏసుకోలేదు. రోడ్డుదాటుతూ వియ్యంకుని కోసం చూస్తే బ్రెడ్ సెంటర్లో ఉన్నాడతడు.

రెండు బ్రెడ్డు పాకెట్లు చేతిలో పట్టుకొని రాగానే నాకు చెప్తే నేను తేనా అన్నాడు మర్యాద కోసం, వెంకటేశం.

డాక్టరమ్మ ఆ రోజు పంపించలేదు. పసరికలు సాకుతో ఇంకో మూడు రోజులుంచేసింది. ఆ తర్వాతి రోజు ఆఫీసు గదిలోకి రమ్మని పిలుపొచ్చింది. ఆపరేషనుకు, మందులకు, రూముకు, క్లీనింగుకు, బిడ్డకు స్నానం చేయించిన ఆయాకు ... ఇలా ఏవేవో కలిపి 6200 లకు బిల్లు ఇచ్చినారు.

ఆ బిల్లు చూసి వెంకటేశానికి గుండాగిపోయేంత పనయింది, భాగ్యమ్మయితే కళ్ళ నీళ్ళు పెట్టుకుంది. కడుపు కట్టుకొని మనం కష్టపడితే కూచొని వీళ్ళు వేలకు వేలు మింగేస్తా ఉండారు అని అంగలార్చింది.

వెంకటేశం మళ్ళీ ఇనపంగడికి పోక తప్పలేదు.

హాస్పటల్ నుంచి వచ్చేస్తుంటే డాక్టరు రూం ముందుండే బాయ్, స్వీపర్, ఆయా చుట్టుముట్టారు. పది పది రూపాయలు వాళ్ళ చేతిలో పెట్టి బతుకు జీవుడా అని బయట పడ్డారు.

ఇంటికొచ్చినాక మనవరాల్ని చూస్తుంటే ముచ్చటగానే ఉంది వెంకటేశానికి. పడిన కష్టమంతా పసిపాప బోసి నవ్వులో 'ఉఫ్' అని ఎగిరిపోయింది.

హెచ్చుతగ్గులు

శ్యామలకు పెళ్ళి కుదిరినందుకు ఇంటిల్లిపాదీ సంతోషించారు. అంతకంటే ఎక్కువగా సంతోషించింది పార్వతమ్మ. పెళ్ళి కుదిరినందుకు మాత్రమే కాదు. పెళ్ళికొడుకు అందంగా ఉన్నందుకు, కారు, సొంతబంగళా, మందీ మార్బలం మొదలైన హంగులున్నందుకు.

కానీ శ్యామలకు మాత్రం ఈ పెళ్ళి ఏమాత్రం ఇష్టంలేదు. అయినింట్లో కోడలుగా అడుగుపెట్టిన పేదింటి ఆడకూతురికి అత్తింట్లో ఎంత గౌరవ మర్యాదలు ఆత్మీయతానురాగాలు ఉంటాయో శ్యామలకు తెలుసు . అది కేవలం సినిమాలు, టీవీల వల్ల కలిగిన అనుభవం కాదు. తన స్నేహితురాలు హేమ ఇంట్లో హేమ పెద్దొదినను స్వయంగా చూసిన తర్వాత కలిగిన అభిప్రాయం. అందుకే తనకా పెళ్ళి ఇష్టం లేదని తన వదిన మాలతితో చెప్పింది శ్యామల.

శ్యామలకు తల్లి లేదు. తండ్రి వెంకట్రావు ఉన్నా లేనట్లే. ఏమి పట్టించుకోడు. తినడం, తోచనప్పుడు టీవీ చూడడం, తోచినపుడు భారత భాగవతాలను గొంతెత్తి చదువుకోవడం.

వెంకట్రావుకు ఇద్దరు కొడుకుల తర్వాత కలిగిన సంతానం శ్యామల. శ్యామలకు పన్నెండేండ్ల వయసుండగా తల్లి కామెర్లతో చనిపోయింది. అప్పటికే వెంకట్రావు పెద్దకొడుకు ప్రకాష్ కు మాలతితో పెళ్ళియింది. మాలతి స్వయానా వెంకట్రావుకు అక్కకూతురు. మాలతి తన తల్లి అనసూయమ్మ మార్గదర్శకత్వంలో ఆ ఇంటిని పద్ధతిగా నడిపి ఇంట్లో వాళ్ళకే కాక బంధుబలగాలకు అందరికి తలలో నాలుకయింది. మరిది మహేశ్ ఎం. ఏ పూర్తి చేసి టీచరుగా ఉద్యోగం సంపాదించుకున్న తర్వాత అదే స్కూల్లో టీచరుగా ఉన్న పద్మతో ప్రేమలో పడ్డాడు. కొన్నాళ్ళు గడిచాక ఆ వార్తను మాలతి చెవిలో వేశాడు. పద్మ తమ కులం కాదు.

అయినా కులమత భేదాలు ఎంత అశాస్త్రీయమైనవో చెప్పి అందరినీ ఒప్పించి వాళ్ళిద్దరికీ పెళ్ళి జరిపించింది మాలతి.

శ్యామల తల్లి చనిపోయాక శ్యామల బాధ్యతంతా తనదే అన్నట్లుగా పార్వతమ్మ వ్యవహరించేది. శ్యామల తల్లి సరస్వతమ్మకు స్వయానా చెల్లెలు పార్వతమ్మ. అడపా దడపా ఇంటికి వస్తుండడం వల్ల మాలతి కూడా ఆమెను సొంత అత్తగారిలానే చూసేది. ఆ యింట్లో ఏ శుభకార్యం జరిగినా అందరికంటే ముందే వచ్చి అందరికంటే చివర వెళ్ళేది పార్వతమ్మే. మాలతి తన తల్లి సలహాతో పాటు పార్వతమ్మ అభిప్రాయాన్ని కూడా తీసుకుని ఆచితూచి అడుగేసేది. అందువల్ల ఆ సంసారం అణకువైన సంసారంలా గుట్టుగా మట్టుగా సాగిపోయేది.

మాలతి భర్త ఏ.పి.ఎస్ ఆర్.టి.సి లో కండక్టరు. వచ్చేది తక్కువ జీతమే. అయినా పల్లెలో ఐదు ఎకరాల పొలంలో పండే వడ్లు, మూడు ఎకరాల చేనులో పండే శెనక్కాయలు, మినుములు, కందులు ఆ ఇంటిని ఆదుకోవడం వల్ల కనీస అవసరాలు తీరిపోతున్నాయి.

శ్యామల బి.ఇ ఫస్ట్ ఇయర్ చదువుతున్నప్పటి నుంచి బస్సుస్టాపులో ఎదురు చూసే రోజుల్లో ఎర్రటి ఫోర్డ్ ఎస్కార్ట్ కారొకటి నిత్యం తటస్థపడడం తెలుసు. కానీ ఆ కార్లో ఎవరు వెళ్తున్నారనేది శ్యామలకు తెలియదు.

అయితే ఆ కారు తమ కాలేజిలో పార్క్ చేయబడి ఉండేది . అంటే ఆ కార్లో వచ్చేది తమ కాలేజీ స్టూడెంట్ అన్నమాట. ఆ విషయం కూడా హేమ చెప్పేంతవరకు శ్యామలకు స్ఫురించలేదు. చెప్పాక కూడా తనకెందుకన్నట్లు ముభావంగా ఉండిపోయిందే కాని ఆ కారు పట్ల అందులో వెళ్ళే వ్యక్తి పట్ల ఆసక్తి చూపెట్టలేదు శ్యామల.

శ్యామల ఇప్పుడు బి. ఇ రెండవ సంవత్సరంలోకి అడుగు పెట్టింది . ఇంకో రెండు సంవత్సరాలు చదువు పూర్తికాగానే సామాన్యంగా ఆడపిల్లలకు పెళ్ళిళ్ళు చేస్తారు. ఈ లోపల శ్యామల గురించిన కథాకమామీషునంతా సేకరించాడు అభినయ్. అతని చదువు కూడా ఆ సంవత్సరం పూర్తవుతుంది. శ్యామల విషయం తల్లిదండ్రులకు ఎలా తెలపాలా అని సంకోచిస్తున్న టైంలో తల్లి కస్తూరే టిఫిన్ చేస్తున్నప్పుడు అందరి ముందర అభినయ్ పెళ్ళి ప్రస్తావన తీసుకొచ్చింది.

'ఇప్పుడే పెళ్ళెందుకు? ఉద్యోగం రానీ అన్నాడు అభినయ్. అన్నాడు కాని ఈ లోపల శ్యామల పెళ్ళి జరిగిపోతే? అన్న ఆలోచన కూడా అతనిలో లేకపోలేదు. కాకపోతే పెళ్ళి చేసుకోమని చెప్పిన వెంటనే ఎగిరి గంతేయడం బావుండదని ఆ మాటన్నాడు.

అభినయ్ వదిన అనూషకు చిన్నాన్న ఉన్నాడు. అతనికి ఒకే కూతురుంది. పేరు రసజ్ఞ. మెడిసిన్ మొదటి సంవత్సరం చదువుతోంది. ఆ అమ్మాయిని చేసుకోవాలని కస్తూరికి ఆలోచనుంది. ఆ విషయాన్ని కూడా బయటపెట్టడంతో తనకిప్పుడు పెళ్ళి వద్దని మరింత గట్టిగా చెప్పాడు అభినయ్.

అనూషకు కూడా తన చెల్లెలే తోడికోడలుగా రావాలని కోరుకుంది. కాని తన చెల్లెలు కానీ, అభినయ్ కానీ ఎప్పుడూ ఒకరిపైన ఒకరికి ఇష్టమున్నట్లు కనబడలేదు.

అందుకే ఒకరోజు వంట చేస్తూ ఈ విషయాన్ని అత్త కస్తూరి చెవిలో ఊదింది అనూష. అప్పుడు కస్తూరికి కొడుకు పెళ్ళి గుర్తొచ్చింది.

డైనింగ్ టేబుల్ దగ్గర ప్రతిపాదన తర్వాత కస్తూరి ఒకరోజు కొడుకుతో ప్రత్యేకంగా మాట్లాడింది. అప్పుడే శ్యామల గురించి తల్లితో చెప్పాడు అభినయ్. రసజ్ఞను చేసుకంటే తమ ఆస్తిలో మరింత ఆస్తి వచ్చి కలుస్తోందని తెలుసు. దానితో పాటు ఒక డాక్టరమ్మ ఇంటికొస్తుందని తెలుసు. అవి లేనంత మాత్రాన తమకొచ్చిన లోటేమీ లేదు. ఒళ్లంతటికి వజ్రాల నగలు కొనిపెట్టగల స్తోమత తన భర్తకుంది. భాగ్యముందని బంగారం తింటారా? ఇలా సాగాయి కస్తూరి ఆలోచనలు.

ఆమె కొడుకు ఇష్టం వైపే మొగ్గు చూపింది. కానీ కోడలు అనూష బాధ పడుతుందేమో! అని ఆ విషయాన్ని బయట పెట్టలేదు. వాడి చదువు పూర్తయినాక చూస్తామని తప్పించుకుంది.

ఈ లోపల రసజ్ఞ ఒక మార్వాడి అబ్బాయిని ప్రేమించిన విషయం అనూష దాక వచ్చింది. ఆ విషయాన్ని అత్తకు చెప్పలేక మనసులోనే మదన పడుతోంది అనూష.

కాగల కార్యం గంధర్వులే తీర్చారన్నట్లు అమెరికాకు వెళ్తున్న మార్వాడి అబ్బాయితో రసజ్ఞ పెళ్ళి జరగడం అతనితో పాటే ఆమె అమెరికా వెళ్ళిపోవడంతో అభినయ్ పరిస్థితి రొట్టె విరిగి నేతిలో పడ్డట్లయింది.

అభినయ్ కు భారతీయ సంస్కృతీ సంప్రదాయాల పట్ల గౌరవం ఎక్కువ. ముఖ్యంగా ఆంధ్రుల కట్టుబొట్టు తీరు అతనికి ఎక్కువగా నచ్చుతుంది. నుదుట బొట్టు, వాల్జడ. చీరకట్టు లేని సినిమాలు కూడా చూడలేని అభినయ్ ధనవంతుల ఇండ్లలోని కన్నెపిల్లలు వేసే వేషాలను జీర్ణం చేసుకోలేడు. మనిషికి స్వేచ్ఛ ఉండాలి కానీ విచ్చలవిడితనానికి దారి తీయకూడదన్నది అతని అభిప్రాయం. శ్యామల అతనిని అమితంగా ఆకర్షించడానికి కారణాలివే.

ఎట్టకేలకు ఎం.టెక్. పూర్తి చేసిన అభినయ్ కు సత్యం కంప్యూటర్స్ లో ఉద్యోగం వచ్చింది. ఉద్యోగంతో పాటే ఇంట్లో అతని పెళ్ళి ప్రస్తావన జోరు పుంజుకుంది. అంతకు ముందే విషయం తెలిసిన కస్తూరి అభినయ్ ప్రేమ విషయాన్ని భర్త చెవిలో ఊదింది.

అభినయ్ కు ఇష్టమైనంత మాత్రాన ఈ పెళ్ళి జరిగిపోతుందా? అని అనుమానాన్ని వ్యక్తం చేశాడు ఆమె భర్త. అదీ నిజమే అనుకున్న కస్తూరి పెద్దకొడుకు ద్వారా పెళ్ళి చూపులకు వస్తున్నట్లు శ్యామల వాళ్లింటికి కబురు పంపింది.

శ్యామల ఇంటిని, పరిసరాలను, ఇంట్లోని మనుషుల్ని చూసిన తర్వాత కస్తూరి పెళ్ళి చూపుల్లోనే కట్నకానుకలు తమకు అక్కర్లేదని, పెళ్ళి తామే జరిపిస్తామని అంది కస్తూరి. తమ తాహతుకు తగ్గట్టుగా వాళ్ళు ఏర్పాట్లు చేయలేరని ఆమె ఉద్దేశం.

శ్యామల వద్దన్నా ఆమె అభిప్రాయానికి ఎవరూ మద్దతివ్వలేదు. పెళ్ళి ఏర్పాట్లు జరిగిపోతున్నాయి. గిట్టని బంధుమిత్రులు అతనికేదో పెద్ద రోగమో, రొచ్చో, దురలవాటో ఉంటుందని ఒకరికొకరు చెవులు కొరుక్కొని సంతోష పడిపోతున్నారు.

మాలతి నచ్చజెప్పడంతో శ్యామల కూడా తల ఊపి ఊరుకుండి పోయింది. పెళ్ళి ఇంకో నాలుగురోజులుందనగా ఐదు కంచి పట్టు జరీ చీరలు, డజను బంగారు గాజులు వాటితో పాటు రెండు సెట్ల నగలు పంపింది కస్తూరి. మాలతి ,పద్మలు అప్పటికే శ్యామల తల్లి బంగారును కరిగించి ఒక సెట్ ముత్యాల నగలు చేయించారు. అవి చేయించినపప్పుడు తమతో పోల్చుకుని బంగారు తక్కువిస్తున్నామని జాలిపడ్డా, కస్తూరి పంపిన నగలు చూసిన తర్వాత వాళ్ళలో ఏదో మూల ఈర్ష్య తొంగి చూడకపోలేదు.

పెళ్ళి ఘనంగా జరిగిపోయింది. ఆ పెళ్ళికొచ్చిన అతిథుల ముందు దివిటీల ముందు దీపాల్లా పెండ్లికూతురు బంధువులు వెలవెలపోయారు. చాలా మంది వాళ్ళలో కొంతమందిని పెళ్ళి పనులు చేసే కూలి జనం అని కూడా అనుకున్నారు.

భోజనాల సమయంలో డైనింగ్ హాల్లో భోంచేయడం కోసం వస్తున్న పార్వతమ్మను మంచినీళ్ళు తెమ్మని పురమాయిస్తున్న పెండ్లి కొడుకు బంధువులను చూసి తన పతనం ఆ రకంగా మొదలైందని బాధపడింది శ్యామల.

పెళ్ళయిన వారం లోపలే కేవలం రెండు చిన్న సూట్ కేసులతో అత్తగారింట్లో అడుగు పెట్టింది శ్యామల. కానీ తమకు కేటాయించిన గదిలోని ఉడన్ రాక్లలో ఉన్న చీరలు, నగలను చూసి నివ్వెరపోవడం శ్యామల వంతయింది.

అయినా తనతో తెచ్చుకున్న పాత చీరలు, జాకెట్లు రేక్ లో ఎంతో అపురూపంగా సర్దుకుంది.

తమ పెళ్ళి మే నెలలో జరిగింది. ఇంకా శ్యామలకు కాలేజీలు తెరవడానికి ఓ ఇరవై రోజులున్నాయి. ఈ ఇరవై రోజుల్లో హనీమూన్ వెళ్ళి రమ్మని ఆర్డర్ జారీ చేశారు శ్యామల మామయ్య. సింగపూర్ వెళ్దామన్నాడు అభినయ్. బెంగళూరు, మైసూరు వెళ్దామంది శ్యామల. ఆమెను కించపరచడం ఇష్టంలేక ఆ రెండు ఊర్లకు ఊటీని కూడా జతచేసి ప్రయాణం కట్టించాడు అభినయ్. శ్యామల పెద్దన్న శ్యామల చేతిలో మూడువేల రూపాయలు పెట్టాడు.

బెంగుళూరులో ఒక గాజుల షాపులో దూరి తన వదిన లిద్దరికి గాజులు కొని తన హ్యాండ్ బ్యాగులోని డబ్బును ఇవ్వబోతున్న శ్యామల ప్రవర్తనకు ఎంతగానో నొచ్చుకున్నాడు అభినయ్. ఎంత వద్దన్నా వినకుండా తనకూ, వాళ్ళకూ సమానంగా చీరలు, గాజులు వగైరాలు కొనిపెట్టాడు. చీరలు అంత ఖరీదైనవి వద్దన్నా వినలేదు. వచ్చేప్పుడు అమ్మ యాభైవేలు ఇచ్చింది. అదంతా నీ కోసం ఖర్చు పెట్టమనే. నీవు ఏదీ వద్దన్నావంటే యాభైవేలు దండ గుచ్చి నీ మెడలో వేసేస్తాను. నీవు ఏమైనా చేసుకో అని జోక్ చేశాడు.

ఊటీలో బోట్ షికారు చేస్తున్నపుడు 'లాహిరి లాహిరి లాహిరిలో ....” అని పాట పాడి చిలిపి చూపులతో కవ్విస్తున్న అభినయ్ శ్యామలకు దేవుడిలా కన్పించాడు. తమ జీవితం ఎలాంటి ఒడిదుడుకులు లేకుండా ఇలాగే సాగిపోవాలని ముక్కోటి దేవతలకు మొక్కుకొంది.

హనీమూన్ నుంచి తిరిగొచ్చిన తర్వాత తన పుట్టింటికి వెళ్ళి తెచ్చిన కానుకలన్నీ అందరికీ ఇచ్చింది శ్యామల. శ్యామల పెళ్ళికి తాము చేసిన ఖర్చుకంటే కానుకల రూపంలో తమకు ఇచ్చిన చీరలు అవే ఎక్కువుంటుందని ఆశ్చర్య పోయారందరూ. శ్యామల రెండురోజులు పుట్టింట్లో ఉన్నపుడు ఉదయం, మధ్యాన్నం, రాత్రి ఫోను చేసి గంటలు గంటలు మాట్లాడుతూనే ఉన్నాడు అభినయ్. మూడోరోజు తనను తీసుకెళ్ళడానికి వచ్చిన అభినయ్ ఇంకో రెండు రోజులుండమని బతిమాలారు అన్నలు, వదినలు. సరేనని ఒప్పుకున్న అభినయ్ ఎంతకూ వాళ్లింటికి ప్రయాణం కాలేదు.

తను కూడా ఈ రెండు రోజులు ఇక్కడే ఉంటాడని తెలిసి గాబరా పడిపోయింది మాలతి. ఆ రాత్రి వాళ్ళకు పడక గదిని ఏర్పాటు చేయడానికి తోడికోడళ్ళిద్దరూ నానా తంటాలు పడవలసి వచ్చింది. ఎక్కడ చూసినా మాసిన దిండ్లు, దుప్పట్లు. వాటిని మార్చి ఇంట్లో ఉన్న సుమారైన వాటిని వేశారు. ఆ మర్నాడుదయం స్కూలుకు తయారవుతున్న పద్మను బతిమాలి లీవు పెట్టించింది మాలతి. వదినలు పడుతున్న హైరానాను చూసి 'ఆయనేమీ అనుకోరు మనం తినేదే పెట్టండి' అంది శ్యామల.

కొత్తల్లుడు, గొప్పింట్లో పుట్టి పెరిగిన అభినయ్ మాయింట్లో పప్పు, కూరలే కాదు పెరుగు కూడా ఇంత రుచిగా ఉండదంటూ కడుపు నిండా భోంచేశాడు.

ఆ సాయంత్రం గారెలు, ఓళిగలు తిని తమ ఇంటికెళ్తూ భోజనానికి ఇక్కడికే వస్తానని చెప్పాడు శ్యామలతో.

పుల్కా టమోటో కూర చేసి పెరుగన్నం కలిపింది శ్యామలే స్వయంగా. తొమ్మిదికంతా పడుకుందామన్నాడు శ్యామలతో.

పరుపులు మిద్దె పైకి మోయడానికి తంటాలు పడుతున్న వదినలతో ఏమి అక్కర్లేదని చాప దిండ్లు, తెల్లవారుఝామున కప్పుకోవడానికి రెండు దుప్పట్లు మాత్రం తీసుకెళ్ళింది.

ఆ రోజు రాత్రి వాళ్ళ జీవితంలో మరుపురాని మధురమైన రాత్రి. ఐశ్వర్యంలో దొరకని ఆనందాన్ని ఆరుబయట నేలమీద అందుకున్నాడు అభినయ్.

హేమ వదిన అపర్ణ ఫ్యాన్ కు ఉరివేసుకొని చనిపోయిందన్న వార్త విని గడ గడ వణికిపోయింది శ్యామల. దరిద్రంలో పుట్టి పెరిగినా పుట్టింటిలో అనుభవించిన ఆనందాన్ని ఏనాడూ అత్తింట్లో చవి చూడలేదామె. ఉన్నవాళ్ళని ఎచ్చులు పోతూ, లేనిదానిదని చిన్నచూపు చూస్తూ ప్రతినిమిషం నరకాన్నే చూపెట్టారామెకు. ఆ నరక కూపంలోంచి బయటపడే వీలులేక తన సమస్యకు చావునే పరిష్కారంగా ఎన్నుకొందామె. ఇద్దరు పిల్లలున్నారన్న ఆలోచన కూడా ఆమెకు చావు నుండి విముక్తిని కల్గించలేదు.

కొడుకు పిల్లలన్న ఉద్దేశమేమో పిల్లల్ని మాత్రం ఇంటిల్లిపాదీ బాగానే చూసుకునేవాళ్ళు . ఎప్పుడూ తల్లి ఎందుకేడుస్తుందో తెలియని వయసా పిల్లలది. వాళ్ళు ఊహ తెలిసిన వాళ్ళయితే తల్లికి ఆ యింట్లో జరుగుతున్న అన్యాయాన్ని అడ్డుకొనే వాళ్ళేమో, కానీ అంతవరకు కాదుకదా! ఇంకొక్క రోజు కూడా ఆ నరక కూపంలో ఉండలేననుకున్న అపర్ణ ఆ నిర్ణయాన్ని తీసుకోవడమే గాక అమలు పరిచింది కూడా.

పిల్లల్ని పట్టుకొని పొగిలి పొగిలి ఏడుస్తున్న హేమ తల్లిని చూసి కన్నీరు పెట్టని వాళ్ళులేరు. చచ్చేంతవరకు నిమిషం నిమిషం అపర్ణ పేదరికాన్ని వేలెత్తి చూపి ఐశ్వర్యంలో అపశ్రుతులు పలికించింది ఆమే. ఇప్పుడు ఏడుస్తున్నదీ ఆమే.

శ్యామల అపర్ణను చూసి వచ్చాక రెండుమూడురోజులు కోలుకోలేక పోయింది. అంత చిన్న వయసులో తల్లి ప్రేమ కరువైన పిల్లల్ని తలుచుకొని కంట తడిపెట్టింది. వెంటనే తన కడుపు పట్టుకొని చూచుకొంది.

తనకింకా ఒక సంవత్సరంచదువుంది. అంతవరకు పిల్లలు వద్దనే అనుకున్నారు కానీ విధివశాత్తు తానిప్పుడు గర్భవతి .

కాలేజీకి కార్లో వస్తూ ,ఇంట్లో కాలు కింద పెట్టకుండా, పొట్టలోని పాపాయి కోసం మంచి తిండి తినమని బలవంతం చేస్తున్న తన అత్తను చూసి దేవత అనుకొంది మనసులో.

పరీక్షలు దగ్గరపడ్డాయి. డెలివరీ రోజులు కూడా ఎక్కువగా లేవు. అయినా అత్త ఆదరణతో పరీక్షలు గట్టెక్కించింది. ఆ తర్వాత పండంటి ఆడపిల్లను కన్నది. తనూ, భర్త ఇద్దరూ అందమైన వాళ్ళే. ఆ ఇద్దరి అందానికి మెరుగులు దిద్దుకొని పుట్టింది పాప. ఆ పాపకు 'స్నిగ్ధ' అని పేరు పెట్టాడు అభినయ్.

తల్లిదండ్రుల ఉద్యోగ రీత్యా అమెరికాలో చదువు పూర్తి చేసి నాన్నమ్మను చూడడానికి వచ్చిన స్నిగ్ధ తన పుట్టింట్లో ఉన్న యువకుని చూసి మగాడంటే ఇలా ఉండాలి అనుకుంది. మేనత్త కూతుర్ని చూసి అందమంటే ఇదే అనుకున్నాడు. యువకుడైన కార్తీక్.

మంచి మనసులకు ధనిక, పేద బేధాలుండవని సంబర పడిపోయింది శ్యామల. పెళ్ళికి ముందు తన మనసులో ఉన్న అంచనా తప్పయిన విషయాన్ని భర్తకు చెప్పి లెంపలేసుకొంది. అదృష్టవంతులని తనలాంటి వారినే అంటారేమో అనుకొంది కూడా.

నైవేద్యం

రెండు రోజులుగా రెండు కాళ్ళు ఒక చోట పెట్టి నిలబడలేదు అలివేలు. ఉన్నోళ్ళకు పండగ ఉత్సాహాన్ని, ఆనందాన్ని ఇస్తుంది కానీ పేదోళ్ళకు పండగొచ్చిందంటే నెత్తిన పిడుగుపడినట్లే.

చిరిగిన చెడ్డీతో స్కూలుకు పోలేక రోజూ పేచీ పెడ్తున్న కిట్టిగాడికి తప్పకుండా పండక్కు చెడ్డీ చొక్కా కుట్టిస్తానని మాటిచ్చింది.

కిట్టిగాడికొక అక్క, చెల్లి ఉన్నారు. పన్నెండేళ్ళ వయసున్న అలివేలు పెద్దకూతురు కామాక్షి ఉన్న ఒక లంగా, జాకెట్టు ఉతుక్కున్నప్పుడంతా కుచ్చిళ్ళులేని వాళ్ళమ్మ లోపలి లంగాతో చిరిగిన చీరను పైటగా వేసుకొని సర్దుకుంటూ ఉంది.

నైలాన్ చీరలు పేదలపాలిట కల్పవృక్షాలనుకుంటుంది అలివేలు. అవి తొందరగా చిరగవు. అలివేలు కట్టుకోనే చీరలు రంగు వెలిసిపోయి ముడతలు పడి చూడ్డానికి కాస్త ఎబ్బెట్టుగా ఉన్నాయి. అయినా చిరుగులు లేని ఆ చీరల్ని కట్టుకున్నప్పుడల్లా అవి తన పాలిట వరాలుగానే భావిస్తుంది అలివేలు.

దీపావళి పండక్కు తలా ఒక జత గుడ్డలైనా కొనాలని గట్టిగా నిర్ణయించుకుంది. చిన్న పిల్లలిద్దరూ అవీ ఇవీ కావాలని గొడవ చేస్తారు. కనీసం తలా ఇరవై రూపాయిలు వాళ్ళ చేతుల్లో పెట్టాలి. కానీ మూడిండ్లలో పాచిపని చేస్తే అలివేలుకు నెలకు ముట్టేవి పదమూడొందలు. అందులో ఇంటి బాడుగకు నాలుగువందల యాభై ఇవ్వాలి, లెట్రిన్, బాత్రూం గూడాలేని చిన్నకొట్టమది. పిల్ల వయసుకొస్తా ఉంది. కనీసం ఒక బాత్రూం ఉండే ఇల్లు అద్దెకు తీసుకోవాలని ఉంది. కానీ ఒక్కదాని సంపాదనతో అది సాధ్యం కాదు.

కట్టుకున్నోడు అలివేలు ముగ్గురు బిడ్డల తల్లయినాక ఇంకోదాన్ని మరిగినాడు. ఆ విషయం తెలిసిన్నాడు అలివేలు ఏడువలేదు. మొగుణ్ణి తిట్టలేదు. ముగ్గురు బిడ్డల్ని దీసుకొని కట్టుబట్టల్తో ఇంటినుంచి వేరుగా వచ్చేసింది.

అదే అదనుకున్నాడు అలివేలు మొగుడు. తనకు నచ్చిన తాను మెచ్చిన సీతాకోకచిలకలాంటి సరోజినిని ఇంటికే తెచ్చుకున్నాడు. తాళికూడా కట్టినాడని పుకార్లు. ఇల్లు వదిలి పెట్టినాక అలివేలు మనసులోకి మొగుడు గురించిన ఆలోచనైనా రాలేదు.

మనిషికి నీతుండాలన్నది అలివేలు సిద్ధాంతం. అది తప్పినాక ఆ మనిషి ఉన్నా లేకున్నా ఒక్కటే అనుకుంది. అందుకే అంత సులభంగా కట్టుకున్న వాడిని వద్దనుకుంది.

అలివేలు అన్నీ ఉన్న ఇంట్లో పుట్టలేదు. కూలీనాలే, వాళ్లింట్లో వాళ్ళ కడుపు నింపేది. ఇంట్లో మొత్తం తొమ్మిది మందుండేవాళ్ళు. అయినా ఏనాడూ కూరకు లేదు నారకు లేదని తడుముకునింది లేదు.

అలివేలు అవ్వా, తాతా అరవై నిండినవాళ్ళు. అయినా ఏదో ఒక పనిచేసి నాలుగు శేర్ల జొన్నలో, రాగులో, నూకలో ఇల్లు చేర్చందే నిద్రపొయ్యే వాళ్ళు కారు.

అలివేలు తండ్రి మున్నెయ్య ఆ ఊరి మణేగారింట్లో జీతానికుండేవాడు. జీతం గాక ఏటా జతబట్టలు, చింతపండు, బెల్లం, ఎండు మిరపకాయలు, తోటలో పండిన కాయాకసుర్లు, ఇంట్లో ఉండే పండ్లు ఫలహారాలు చెయ్యారా ఇచ్చేవాళ్ళు.

మునెయ్య భార్య ఎంకటమ్మ అవసరాలకు అందరినీ ఆదుకొనేది . పొలం పనులకు కావలసిన కూలిజనాల్ని పిల్చుకొని తనూ వాళ్ళతో పని చేసేది. అందరితోపాటు తనకూ కూలి గిట్టేది. అదనంగా ఒకరింట్లో పేడచెత్త తోసి పోసి సంవత్సరానికి రెండు కొత్త కోకలు గుంజుకొనేది.

మునెయ్య చెల్లెలు మాణిక్యం భర్త చనిపోవడంతో పుట్టింట్లోనే ఉండేది. ఇంటి పనంతా మాణిక్యమే చూసుకొనేది.

ఇంకా ఎవరింట్లో అయినా విసిరేది, దంచేది, కారం కొట్టేదిలాంటి పనులుంటే చేసేది. అందుకుగాను వాళ్ళు పాతచీరలతో పాటు విసిరిన రాగిపిండో, వడ్లుదంచిన నూకలో, కొట్టిన కారం పొడో చూసీ చూడకుండా ఇచ్చేవాళ్ళు.

ఎంకటమ్మ నలుగురు పిల్లల్లో అలివేలు అందరికంటే చిన్నది. ఒకన్న, ఇద్దరక్కలు. దాన్ని పైన బెడితే గద్దెత్తుకొని పోతుందని, కింద బెడితే మన్నంటు కుంటుందని ఎత్తుకొనే పెంచారు. ఏదైనా చిన్నపని చెప్పినా 'పోమా' అంటూ వీధిలోకి పరిగెత్తే అలివేలును చూసి 'అమ్మగారింట్లో పని చేసినోళ్ళు, అత్తగారింట్లో సుఖపడతారంటారు. అత్తింట్లో ఇది ఎట్లా బతుకుతుందో అనేది కూతుర్ని మురిపెంగా చూస్తూ.

తల్లి మాటల్ని గుర్తు చేసుకున్న అలివేలు కండ్లలో నుంచి నీళ్ళు ఉప్పెనలాగా దూకి బుగ్గల్ని తడిపేశాయి. అపురూపంగా పెరిగిన పిల్ల అని, పల్లెటూర్లో ఇస్తే ఎండలో కూలీ నాలీ చెయ్యడం చేతకాదని, టౌన్లో ఆటో నడిపే రాంబాబుకు కట్న కానుక లిచ్చి పెళ్ళి చేసినారు. పెళ్ళయిన కొత్తలో అలివేలే తన సర్వస్వం అనేట్లుగా ఉండేవాడు. రాను రాను పెళ్లాం మీద ప్రేమ వెన్నలా కరిగిపోతూ వచ్చింది. తిన్నగా తాగుడుకు అలవాటు పడిన రాంబాబు అలివేలు జీవితాన్ని అతలాకుతలం చేసేసినాడు.

అలివేలు ఆడుతూ పాడుతూ అల్లరిగా పెరిగినా చాలా నిక్కచ్చి మనిషి. సంస్కారవంతమైన కుటుంబంలో పుట్టి పెరగడం వల్లనేమో నిలువెత్తు నిజాయితీకి మారుపేరులా నడుచుకొనేది. అందుకే భర్త తాగుడుకు బానిసైనా బలహీనతనుకొని క్షమించి భరించినా, పరాయి స్త్రీతో సంబంధం పెట్టుకున్నాడని బతిమాలనూలేదు. అంతగా బతకలేకపోతే పిల్లలతో పాటు ఏ నుయ్యో గొయ్యో చూసుకుంటాను గాని, నీతిమాలిన వాడి మొహం మాత్రం చూడనని ఒట్టుపెట్టుకొంది.

అలా అని పుట్టింటికి పోవడానికి కూడా ఇష్టపడలేదు. ముసలి తల్లి,తండ్రీ, మేనత్త ముగ్గురూ తన అన్న రెక్కల కష్టం మిందే బతుకుతున్నారు. కాలం మారింది. బావులెండి సేద్యాలు

మూలబడినాయి. చూసీ చూడకుండా గంపల కొద్దీ ముంచిపోసే మోతుబరులే కిలోల లెక్కన కొనుక్కొని తినే రోజులొచ్చేసినాయి. పల్లెకు పోయి వాళ్ళకు భారం కావడం అటుంచి అక్కడ ముగ్గురు పిల్లలతో బతికి బట్టకట్టడం అంతసులభం కాదనుకొనింది అలివేలు. ముందు పని చేస్తున్న రెండిండ్లతో పాటు మరో రెండిండ్లలో పనికి కుదిరింది.

పండగకు ఇంకో మూడు రోజులు మాత్రమే ఉంది. తన చేతిలో ఉన్న రెండొందల ఇరవై రూపాయలు తీసుకొని పిల్లలకు బట్టలు కొనడానికి బజారుకు పోయిన అలివేలు కొనకుండానే ఉసూరుమంటూ వెనుదిరిగింది.

ఏ షాపులో అడిగినా వందరూపాయలకు తక్కువగా ఏదీ దొరకలేదు. తిరిగి వస్తూ రోడ్డు మింద పెట్టుకొని అమ్ముతున్న బట్టల్లో చిన్నదానికి మాత్రం ఎనభైరూపాయలు పెట్టి నైలాన్ గౌను కొనుక్కొని ఇంటిదారి పట్టింది. ఆ గౌను చూసి చిన్న కూతురు సరస మురిసిపోతుంటే తనకు కొత్త బట్టలు, టపాకాయలు తేలేదని అలిగి అన్నం తినకుండ బయటికెళ్ళిపోయినాడు కిట్టిగాడు. వాడు రాత్రి ఎనిమిదైనా ఇంటికి రాలేదు. అలివేలు పనిచేసేవాళ్ళ ఇంటికి రంగు లేయించుకొంటుంటే సామాన్లు సర్దడంకోసం తను ఉండిపోవలసి వచ్చింది.

ఎనిమిది గంటలకు అలసి సొలసి ఇంటికొచ్చిన అలివేలు కొడుకు ఇంటికి రాలేదని తెలిసి కంగారు పడిపోయింది.

వెతికేదిలేదా? అని పెద్దకూతురు కామాక్షిని తిట్టిపోసింది. ఆ వీధికీ ఈ వీధికీ వెతుక్కుంటూ పరుగులు తీసింది. చివరకు వాడు వాళ్ళ బడి వరండాలో కన్పించాడు. ఏడ్చి ఏడ్చి సొమ్మసిల్లి నిద్రపోయిన కొడుకును లేపి కోపంతో ఆ చెంపా ఈ చెంపా వాయించింది.

అమ్మచేత దెబ్బలు తిని కిట్టిగాడు ఇంటికి రానని మొరాయించినాడు. అలివేలు ఎంతగానో బతిమాలింది. రేపు తప్పకుండా బట్టలు కొనిస్తానంది. వాడు కదలలేదు. సహనం కోల్పోయిన అలివేలు పక్కనున్న చెట్టు నుంచి బర్ర విరుచుకొని రెండు పీకింది. నొప్పికి తట్టుకోలేక వాడు గెంతులేస్తుంటే ఇంటికి తరుముకొచ్చింది.

ఇంటి కొచ్చినాక అలివేలు కోపం దూది పింజలా ఎగిరి పోయింది. కొడుకు గడ్డం పట్టుకొని, బుజ్జగించి అన్నం తినిపించింది. తమ పరిస్థితిని వివరించింది. వాడు అమ్మ మాటలు వింటూ బెక్కుతూనే నిద్రలోకి తూలిపోయినాడు. కానీ అలివేలుకు మాత్రం ఆ రాత్రి కంటి మింద కునుకు లేదు.

డబ్బు ఇబ్బందుల్ని తట్టుకోలేక ఈ మధ్య చీటికి మాటికి పసిపిల్లల్ని కోప్పడుతుంది. చిన్నప్పుడు దీపావళి పండక్కే గాదు ఉగాదికి, సంక్రాతికి అడక్కుండానే కొత్తబట్టలు కుట్టిచ్చేవాళ్ళు అమ్మానాన్న. సంక్రాంతి రోజు కొత్తబట్టలు కట్టుకోని గొబ్బి తట్టడానికి పొయ్యేది. అంతకు ముందే కొల్లోడొంక, ముచ్చగుంట, బేతమంగళం చెరువు, పెరుమాళ్ళగుట్ట, కొండ్రాసు కాలవ –

ఎక్కడెక్కడో తంగేడు పూలకోసం తాను పోతే తిట్టడం అటుంచి వేళకు తిండి తినలేదని తన మేనత్త అన్నం తీసుకొని తోటా దొడ్డీ వెతుకుతూ వచ్చి కడుపునిండా అన్నం తినిపించి మరీ వెళ్ళేది.

తన చిన్నతనమంతా ఆటపాటలతో ఆనందంగా, హాయిగా గడిచిపోయింది. కానీ తన పిల్లలు... అలివేలు కళ్ళలో నీళ్ళు పారాడినాయి. తనివితీరా తన బిడ్డ శరీరాన్ని తడుముతుంటే తన చేతివేళ్ళు కొడుకు తొడుక్కున్న చినిగిన చొక్కాలోకి చొచ్చుకు పోయినాయి.

పదకొండేండ్ల పడుచు పిల్లగాడు చినిగిన బట్టలతో స్కూలుకు వెళ్ళాలంటే ఎంత నామోషీగా ఉంటుందో తనకేమీ తెలియందికాదు. వాడి స్నేహితులు కూడా చిన్నచూపు చూస్తారని తనకు తెలుసు. తన నిస్సహాయతకు లోలోపలే కుమిలి పోయింది అలివేలు.

ఉదయం పనికి వెళ్ళిన చోట పండగ ఖర్చులున్నాయని జీతం ముందే ఇవ్వమని బతిమాలింది. ఇంతకు ముందు పనిచేసినామె ముందే డబ్బు తీసుకొని పని ఎగ్గొట్టి పోయిందని ఆ ఇంటి ఇల్లాలు అరుంధతమ్మ ససేమిరా ఇవ్వనుంది. మరో మహాతల్లి తన చేతిలో పైసా కూడా లేదని బుకాయించింది.

రెండిండ్లలో చుక్కెదురైనా మూడో ఇంట్లో కూడా అడగడానికి సిగ్గుపడలేదు అలివేలు. యశోదమ్మ మారుమాట్లాడకుండా వందరూపాయలు తెచ్చి చేతిలో పెట్టింది. మొత్తం 240 రూపాయల్లో ఇద్దరు పిల్లలకు బట్టలు, టపాకాయలు కొని పండగకూడా జరపాలి.

నూనె, చింతపండు, బియ్యం, పప్పు ఏదనుకున్నా చుక్కల్నంటే ధరలు. గంజి మెతుకులతో కడుపు నిండడమే గగనంగా ఉంది.

మర్నాడు బజారుకు తన కొడుకు కిట్టిగాడిని కూడా వెంటబెట్టు కెళ్లింది. వాడప్పుడే పొడవులో తనను మించిపోయాడు. అందుకే వాణ్ణి అందరు నిక్కరు కిట్టిగాడు అని ఎగతాళిగా పిలుస్తుంటారు 'పాంటు కొనుక్కుంటానమ్మా' అని అడగలేక అడిగాడు వాడు.

షాపులో వీలైనంత తక్కువ ధరలో పాంటు, షర్టు చూపెట్టమంది అలివేలు. వాడు చూపిన వాటిలో ఏదీ మూడు వందలకు తక్కువలేదు.

షాపు నుంచి వెనుదిరుగుతుంటే 'రోడ్డుమీద చిన్న అంగళ్ళలో దొరుకుతాయి చూడండి' అన్నాడు షాపువాడు. పాపం ఉదయం ఏమీ తినకపోవడం వల్ల ఎండలో ఎక్కిన షాపు దిగిన షాపుగా తిరగడం వల్ల శోష వచ్చినట్లనిపించింది. దీనంగా కిట్టిగాడి వైపు చూసింది . కొత్త బట్టలొస్తాయన్న ఉత్సాహం వాడి మొహంలో కొట్టొచ్చినట్లు కన్పిస్తుంది.

'ఏమైనా తింటావా నాయనా' అని అడిగింది. వాడికీ తెలుసు ఉన్న డబ్బులో ఖర్చు పెడితే అసలకే మోసం వస్తుందని. ఏమీ వద్దమ్మా ఆకలిగా లేదు అన్నాడు. అలివేలు అరడజను అరటిపండ్లు కొని రెండు కిట్టిగాడి చేతిలో పెట్టింది. వాడు పండు తొక్కతీసి 'తీసుకోమ్మా' అన్నాడు.

వద్దు నాన్నా నువ్వు తిను అంది. అయినా వినలేదు వాడు. సగం పండు తుంచుకొని నాకు చాలు నువ్వు తిను అంది.

ఒక షాపులో బట్టలు చూపినతను 'తక్కువ ధరకు కావాలంటే బస్టాండుకు పొయ్యే దోవలో ఒక చిన్న పెట్టంగడి ఉంది. అక్కడ దొరుకుతాయి" అన్నాడు.

మళ్ళీ కాళ్ళీడ్చుకుంటూ అక్కడికెళ్ళారు. డెబ్బై రూపాయలకు నల్లరంగు పాంటు కొనుకున్నాడు. వాడికది చాలా నచ్చింది. దానిపైకి టీషర్టు చూపమన్నాడు. నలభై రూపాయలకు తక్కువలో లేదన్నాడు. తల్లివైపు చూశాడు. 'కొనుక్కో' అని సైగ చేసింది అలివేలు.

ఇంకో వందా చిల్లర మిగిలింది. దానితో పెద్ద పిల్లకు బట్టలైతే వస్తాయి. కానీ నెలంతా ఇల్లు గడవడం కష్టం. పైగా పిల్లలు టపాకాయలు కొనుక్కోవాలని ముందు నుంచీ ఆశపెట్టుకున్నారు. నాన్నా, కిట్టిగా! ఈ దుడ్లుండాయిరా. అక్కకు గుడ్డలు కూడా కొనలేదు. ఇంట్లోకి సరుకులు కొనాలి. టపాకాయలు కావాలా' అని అడిగింది.

అప్పు కావాలన్నా ఎక్కడా పైసా పుట్టదని తెలుసు. వాడు 'వద్దమ్మా రమేశయ్యోలింటికి పోతా. వాళ్ళు నాచేత కూడా కొన్ని కాలిపిస్తారు' అన్నాడు.

తనకు తేలేదని మొగం చిన్నబోయినా తల్లి కష్టాలను అర్థం చేసుకొనే వయసూ తెలివి ఉన్నాయి కామాక్షికి. 'నీకు తేలేక పోయినాను తల్లీ' అన్న తల్లితో 'ఇప్పుడు నాకెందుకమ్మా' అని అనింది. కానీ స్కూల్లో పిల్లలందరిలో ఎంత హీనంగా ఉందో ఆ పిల్లకీ తెలుసు. అలివేలు కష్టపడి ముగ్గురు పిల్లల్ని చదివిస్తూ ఉంది. బడి మానేసి తను కూడా పనిచేస్తానని కామాక్షి అనింది. కాని తనే ఒప్పుకోలేదు.

వెల్ఫేర్ హాస్టల్ గురించి పక్కింటి రాజేశ్వరి చెప్పంగా వినింది. వచ్చే ఏడు ఆ ప్రయత్నమేదో చేసి ముగ్గురు పిల్లల్నీ హాస్టల్లో పెడితే కడుపు నిండా తిని చదువుకుంటారు. ఇబ్బందులు తగ్గుతాయి అనుకొనింది అలివేలు.

భర్తనొదిలిపెట్టి వచ్చేసిన తర్వాత కన్నతల్లి లాంటి హైమవతి దగ్గర కళ్ళనీళ్ళు పెట్టుకొనింది అలివేలు. నాలుగేండ్లుగా వాళ్లింట్లో పని చేస్తుంది తను. వెంటనే ఇంగో యాభైరూపాయలు జీతం పెంచడమే గాక నాలుగు సత్తుబోకులు, పాత కిరసనాయిలు స్టవ్వు, నాలుగుశేర్ల బియ్యం, ఉప్పు పప్పుతో పాటు మూడు పాత చీరలు చేతిలో పెట్టిందాయమ్మ. ఆ చీరల్లో రెండు నైలాన్ చీరలు. అవే తనను ఇన్నాళ్ళు ఆదుకొంటున్నాయి. ఇంకొకటి పట్టుచీర. అది పాతబడడం వల్లనేమో కొంగులో జరీ ఉన్న చోట చిరిగిపోయ్యింది. కామాక్షి వొద్దంటున్నా ఆ చీరతో కామాక్షికి పావడా జాకెట్టు కుట్టించింది. ఏ టైలరూ ఒకరోజులో కుట్టివ్వడానికి వీలుకాదనే అన్నారు. అందులోనూ పాతవి. కానీ పక్కింటి రాజేశ్వరి తన చెల్లెలు స్నేహితురాలు సుశీలకు వీళ్ళ దీన గాధను వివరించి కుట్టించింది.

పావడా జాకెట్టు తయారైనాయి, కానీ కొంగులో చినిగిపోవడం వల్ల అదే చీరను పైటగా వేసుకోవడానికి వీలుకాలేదు. గుడ్డ చాలా తక్కువ మిగిలింది. అందుకని ఒక ముప్పై రూపాయలు

పెట్టి ఒణీ కొనుక్కోనొచ్చింది. చిన్న పిల్ల ఏడు రూపాయలకు ఒక చిన్న బొమ్మ తుపాకీ, కేపు పెట్టెలు కొనుక్కొంది.

కిట్టిగాడి చేతిలో ఓ పదిరూపాయలు పెట్టి కాకర పూలు కొనుక్కో మనింది. వాడు ఐదు రూపాయలకు చిన్న సీమ టపాసులు వాళ్లింటి దగ్గరుండే బంకులో కొనుక్కోని మిగిలిన ఐదురూపాయలు దాచి పెట్టుకున్నాడు.

ఎదురు చూసిన పండగ రానేవచ్చింది. పనిచేసే ఇండ్లలో ఇండ్లు కడగడం, వాకిండ్లు అలకడం, ముగ్గులు పెట్టడం, పిండి వంటలకు కావలసిన పిండి దంచడం ముందురోజు, పండగనాడు అన్నీ అలివేలుతోనే చేయించుకున్నారు. కానీ చెయ్యారా ఎవరూ ఏదీ పెట్టరు. అదే వాళ్ళూరులో అయితే ఇంట్లో వాళ్లంతా ఎక్కాతుక్కా తినంగా ఇంకా ఎంతో మిగిలిపోయ్యేది.

వాళ్ళేమీ పెట్టరని అలివేలుకు ముందే తెలుసు. అందుకే పిల్లలకు గారెలొండి పెడదామని ఉదయమే పప్పు నానబెట్టి పనిలో కెళ్లింది.

తల్లి పనిలోకి వెళ్ళకముందే తలస్నానాలు చేసి ముగ్గురు పిల్లలూ కొత్త బట్టలు కట్టుకున్నారు. చిన్నది సరస కుందనపు బొమ్మలాగుంటుంది. పైగా దానికి కొన్న రోజాపువ్వు కలర్ నైలాన్ గౌను చక్కగా అమరింది. పిల్లలకు చిక్కుదీసి తలలు దువ్వి జడలు వేసి కాస్త ఆలస్యంగానే పనిలోకెళ్లింది అలివేలు. 'పండగరోజు ఇంతాలస్యంగా వస్తే ఎలా?' అని తిట్లు దీవెనలు. అసలు కొందరు పండగ రోజు పనికే వెళ్ళరు. కానీ నోరూ వాయీ లేని అలివేలు 'పాపం ఎలా చేసుకుంటారు' అనుకొంటుంది.

ఇండ్లలో పని పూర్తి చేసుకొని అలివేలు వచ్చేటప్పటికి కామాక్షి అన్నం వార్చి, చారు కాచి పప్పు రుబ్బే పనిలో ఉంది. తనొచ్చేటప్పటికి ఇండ్లలో వాళ్ళు అన్ని వంటలూ చేసుకున్నా దేవునికి పెట్టాలంటూ వొట్టి చేతులతోనే పంపించినారు. తనుకూడా దేవునికి నైవేద్యం పెట్టాలనుకుందప్పుడే.

అలివేలు కట్టల పొయ్యిమింద బానట్లో నూనె పోసి రుబ్బిన పిండిలో పచ్చిమిరపకాయలు, ఉల్లిపాయలు, కరివేపాకు తరిగి కలిపి వడలు చేస్తుండగా చిన్నపిల్ల సరస ఆకలికి తట్టుకోలేక వచ్చి గారెల బుట్టలో చెయ్యిపెట్టింది. దేవునికి పెట్టాక ఇవ్వాలనుకున్న అలివేలు ఎంగిలి చెయ్యొద్దని చేతిలో ఉన్న కాడతో వారించబోయింది.

ఉలిక్కిపడి వెనుకడుగేసిన సరస పక్కనున్న కట్టె పుల్లలకు తట్టుకొని నూనె బాణలిపైన పడిపోయింది. బాణలి దొర్లుకోవడం, భగభగ మండుతున్న పొయ్యిలో నూనె పడడం భగ్గున మండుతున్న మంట సరస కొత్త నైలాన్ గౌనుకు అంటుకోవడం క్షణాల్లో జరిగిపోయింది. అలివేలు కుడిచేతిపైన కూడా నూనె వొలికి కొంతమేర బొబ్బలెక్కాయి.

అలివేలు అరిచిన అరుపులకు చుట్టుపక్కల వాళ్లందరూ గుమిగూడారు. పాపను ఆస్పత్రికి తీసుకెళ్ళారు. ఆకలి కడుపులతో ఏడ్చే ఓపిక కూడా లేక కిట్టిగాడు, కామాక్షి సొమ్మసిల్లి

పడిపోయారు. ఆస్పత్రికి చేరకముందే చిన్నారి సరస ప్రాణాలు అనంత వాయువుల్లో కలిసిపోయాయి.

ఆ విషయం తెలిసి గుండెలవిసేలా ఏడుస్తున్న అలివేలును, కిట్టిగాడిని, కామాక్షిని చూసి అందరి మనసులూ ఆర్ద్రమైనాయి. కానీ సరస ప్రాణాల్నే నైవేద్యంగా స్వీకరించిన శిలా రూపంలో ఉన్న దేవునిలో మాత్రం ఎలాంటి జాలి లేదు.

ఆంధ్రజ్యోతినవ్యవారపత్రిక 21–12–2005. పుట–64

దిద్దుబాటు

అబ్బురంగా భూమే కైలాసం, సేద్దెమే శ్రీరంగం అన్నట్లుగా బతుకును మన్ను పిసకడానికే అంకితం చేసేసిన మా నడుపబ్బ, సాలమ్మల గురించి ఎవరైనా తెలుసుకొని తీరాల్సిందే.

వాళ్ళిద్దరూ సుఖంగా, సంతోషంగా ఎవరికైనా కన్పించినారా? అంటే ఈ భూమండలం మీదుండే వాళ్ళెవరైనా లేదనే చెప్తారు. ఎందుకంటారా?

వాళ్ళెప్పుడూ అందరిలాగా అరుగుల మీదగాని, గడప్మెట్ల మీద గాని కూర్చొని అరువులు మాట్లాడింది లేదు. నడీధిలో వీధినాటకమో, తోలుబొమ్మలాటో, దొమ్మరాటో ఆడతా ఉంటే చుట్టూ చేరి సంతోషంగా చప్పట్లు కొడతాఉండే జనంలో ఆ రెండు మొహాలెప్పుడూ కన్పించిన పాపాన పోలేదు. పండగ పబ్బాలప్పుడు తలంటి పోసుకొని, కొత్తబట్టలు కట్టుకొని నలుగురితో నారాయణా అన్నారా అంటే లేదనే చెప్పాలి. వాళ్ళు వీధి గుండా బాయి కాడికి పోతావుంటే దారిలో కోతులాటో, కొట్లాటో జరగతా ఉంటే చుట్టూ ఉండే జనంలోంచి ఏమైవుంటాదో అన్న ఆసక్తితో తొంగి చూసిందీ లేదు. చివరికి గాజులో, చీరలో, స్టీలు సామాన్లో, ఇంకేవైనా వస్తువులో అమ్మలక్కలు చుట్టూ చేరి కొనుక్కుంటూ ఉంటే చూసిందీ లేదు.

పుట్టిందే సేద్యం పనులు చెయ్యడానికే అన్నట్లు ఎప్పుడూ ఉరుకులు పరుగులుతో పన్జెయ్యడమే గాని అల్లాడి ఆకులు మేసి అలసిపోయిన శరీరాలకింత సుఖాన్నియ్యాలనే ఆలోచనే లేదు వాళ్ళకు.

నడుపబ్బ మట్టిమనిషి. పుట్టి అడుగులెయ్యడమే ఏకంగా పొలంలో కేసిన మనిషి. మడిలోనే పొద్దుబుట్టేది. చేన్లోనే పొద్దు మునిగేది. పగటిపూట నడుపబ్బను ఎవరైనా ఊర్లో చూడాలనుకుంటే వాళ్లంత మూర్ఖులు ఉండరు. . చెట్టుమాదిరిగా పెరిగి పెళ్ళీడుకొచ్చిన నడుపబ్బకు పెండ్లి చెయ్యాలని మునాసపడింది తల్లి బంగారి. ఆమె భర్త చనిపోయి మూడేండ్లయింది.

ఉన్న ఒక్కగానొక్క కొడుకుకు సంబంధం చూడమని వరసకు చినమామ కొడుకైన బలరాముని చేతులు పట్టుకొనింది బంగారి. ఆయన తన అప్పజెల్లి కూతురు సాలమ్మనిస్తే ఎట్లుంటాదా అని ఆలోచన చేసినాడు. నడుపబ్బకు బంగారం పండే భూములుండాయి. వచ్చిన సంపాదనంతా చెక్కు చెదరకుండా ఉంది. ఒక వస్తువు కోసం చెయ్యి చాచాల్సిన అవసరం లేదు. తన చెల్లెలిది చాలీ చాలని సంసారం. సాలమ్మ ఎంగిలి పాలు తాగినోళ్ళు ఇంకా ఇద్దరాడపిలకాయిలు, ఇద్దరు మొగపిల్లకాయిలుండారు. నడుపబ్బ గురించి చెప్పంగానే వాళ్ళు సంతోషంగా ఒప్పుకొనినారు.

బంగారి వాళ్ళదక్కున్నా తాళిబొట్టుచైను, కొంచికాయల పూసల దండ, జడలోకి చేమంతి బిళ్ళ, మెడలోకి మామిడి పిందెల నెక్లేసు చేయించింది. ఆ దుడ్లను వడ్డీకిస్తే చాలా డబ్బులొస్తాయని నడుపబ్బ అడ్డు తగిలినాడు.

'ఒరే. తిక్కయామాలం. నీకు అరువూ తెరువూ, వగా వాకూ రెండూ లేవురా. నీ పెండ్లానికి బంగారం పెడితే నలుగురిలో మనకు మతింపుంటాది. బంగారు రేటు పెరిగేదే కాని తరిగేదుండదు. నీ వొడ్డీ దుడ్ల కంటే లెక్కేసుకుంటే రొండేండ్లయినాక సూడు ఎంత పెరగతాదో అని నడుపబ్బ నోరు మూయించింది.

ఒక మంచి ముహూర్తంలో సాలమ్మ బొట్నేలు దొక్కి బొట్టు కట్టినాడు నడుపబ్బ. వంగిన వరి ఎన్ను మాదిరిగా సిగ్గుతో తలవంచుకొని అత్తగారింట్లో అడుగుపెట్టింది సాలమ్మ.

పూట గడవని ఇంట్లో పుట్టి, ముక్కుకు ముక్కర కూడా నోచుకోని సాలమ్మ తనకు పట్టిన అదృష్టానికి అందలమెక్కినంత సంతోష పడింది. పతిదేవుడు ఆమె దృష్టిలో సాక్షాత్తు దేవుడే. అప్పటి నుంచి అనుకూలవతి అయిన భార్యగా భర్త అడుగులో అడుగేసుకుంటూ అణకువగా నడుచుకోసాగింది సాలమ్మ.

అత్త బంగారి సాలమ్మను కోడలనుకోలేదు. ఆయమ్మే చట్టీ కుండా పట్టుకోవడంతో భర్తతో పాటు పొలంలో పొర్లాడతా, పచ్చని పైర్ల చుట్టూ తిరగతా కాయకష్టాన్ని కాపు కాయించడంలో భర్తకు సంపూర్ణంగా సహకరిస్తా ఉంది సాలమ్మ.

నడుపబ్బ కపిల తోలితే సాలమ్మ నీళ్ళు మళ్ళిస్తాది. ఆయన మడక కడితే సాలు వెంట నడుస్తూ విత్తనాల్ని భూమిలో వేస్తాది. చెరకు గానిగ ఆడేటప్పుడు గానుగలో చెరుకులు బెట్టి సాలమ్మ రసం తీస్తే దాన్ని పెనంలో కాచి పాకానికొచ్చినాక దోన్లో పోసి ఆరబెట్టి ముద్దులు చేసే పని నడుపబ్బది.

నడుపబ్బ దృష్టిలో కూలిచ్చే పనిలేని కూలిమనిషి సాలమ్మ. మొగినికి చేదోడు వాదోడుగా పగలంతా పనిచేసి పొద్దుపోయినాక మసక చీకట్లో గొడ్లను తోలుకొని నడుపబ్బ ముందు నడస్తా ఉంటే గడ్డి గంపను నెత్తిన పెట్టుకొని సాలమ్మ వెనక నడుస్తాది.

కాలం దాని పాటుకది గిర్రున తిరిగిపోతా ఉంది. పంటతో పాటు ఏటా సంతానం. పెద్ద పిల్ల సుభద్రకు ఐదేండ్లు నిండింది. రెండోవాడు నట్రాజుకు నాలుగో యేడొచ్చింది. బంగారి జ్వరంతో మూడు రోజులు ముసుగుబెట్టుకొని నాలుగోరోజు కన్నుమూసింది.

అవ్వ పెంపకంలో ఇంటి పనుల్లో ఆరితేరిన సుభద్రకు చట్టీ కుండతో పాటు నట్రాజు బాధ్యత కూడా అప్పజెప్పేసింది సాలమ్మ. వాడు కొరకరాని కొయ్య. చెట్లెంట పుట్టెంట తిరగడం ఇంటికొచ్చి అదియ్యి, ఇది కావాల అని అక్కను సతాయించడం, ఇవ్వకుంటే కొట్టడం, కొరకడం చేస్తుంటే సుభద్ర వాడితో ఏగలేనంటూ ఏడ్చి మొత్తుకొంది.

'ఈ యేడు ఇస్కూల్లో చేరస్తాము. ఆడిట్లా సిదుగు పన్లు సేస్తే అయివోరు తాట వొలిచేస్తాడు' అని సర్ది చెప్పింది సాలమ్మ. వాడి తర్వాత ఐదేండ్లకు మళ్ళీ మొగపిల్లోన్ని కనింది. వాడికి మూడోనెల రాగానే గంపతో పాటు వాన్నీ అడ్డాల్లో ఏసుకొని బాయికాడికి పోతాఉంది సాలమ్మ.

ఊడుగు చెట్టుకు ఉయ్యాల గట్టి వేళకు పాలిచ్చి పడుకోబెట్టి పనిపాటల్లో మునిగిపోతా ఉంది. కుంచమంత కూతురుంటే మంచం మీంద కూడు అనే సామెతను రుజువు చేస్తాఉంది కూతురు సుభద్ర.

చింపిరి తలలు, మాసిన బట్టలు, పాసిన పండ్లతో ఉన్న పిల్లోళ్ళను చూసి, అదిసింగా వీళ్ళే సేద్దిం చేస్తావుండారు. పిల్లోళ్ళ ఆలనా పాలనా చూసే దిక్కులేదు. వాళ్లింట్లో పచ్చి మంచినీళ్ళు కూడా తాగబుద్ధి కాదు. అని పెద్ద మామ కోడలు సరస వాళ్ళత్త దగ్గర వాపోయింది.

'సరసా. నువ్వంటా ఉండావు కానీ! పసిబిడ్డ, ఆట్లాడుకొనే వయసు దానిది. దానికి సట్టీకుండ అప్పజెప్తే అది మాత్రం ఏం జేస్తాది చెప్పు'. అనింది వాళ్ళత్త.

'నిజమే అత్తమ్మా పాపం సుభద్ర'

'ఆ పాపమంతా ఎవరిదనుకున్నావు. సాలమ్మ మాత్రం ఏం జేస్తాది చెప్పు. దానిక్కూడా అందురి మాదిరిగానే ఆశలుండాయి. చూసే వాళ్లుంటే సొమ్ములు పెట్టుకోవాల చేసే వాళ్లుంటే పిల్లల్ని కనాల అంటారు. ఆ ముండమోపి నడుపబ్బ పణ్ణిస్తాడా. భూమిలో పండిన గింజల్ని కూడా అమ్మి దుడ్లను మూటగట్టుకోనొచ్చి వొడ్డీలకిచ్చి పత్రాలను దొంతికుంలో దాచుకోందే నిద్రపోడు. వాడికి సేద్దెం మింద తప్ప ఇంక దేని మింద గెవనం లేదు. ఇంగ సాలమ్మంటావా? ఒప్పారాలు చెప్తే మొగుడు తన్నేదట్లబెట్టి సుభద్ర చెయ్యనని యాడ మొండికేస్తాదో అని ఎట్లున్నా యావగింపు ల్యాకుండా మింగేస్తారు' అని అరటిపండొలిచినట్లు ఇలావరిగా చెప్పింది.

ఇంట్లో వేసుకొని కొడితే పిల్లి కూడా తిరగబడతాది. ఎక్కువ కష్టపెట్టినా, కట్టడి చేసినా ఎన్నాళ్ళని ఊరుకుంటారు. సాలమ్మ విషయంలో కూడా అదే నిజమయింది. పట్టు విడుపూ లేని మొగుని పైన యావగింపు మొదలైంది. ఎంత కష్టపడి సంపాదించినా గొర్రెతోక బెత్తెడే అనుకొంది. మనిషిలో క్రమంగా మార్పు మొదలయింది.

పుట్టలు మూసే ఎరికిలోళ్ళ మాదిరిగా ఎప్పుడూ మట్టి గొట్టుకోనుండే సాలమ్మ శుభ్రంగా స్నానం చేసి, తలనిండా నూనె బెట్టుకొని ,నున్నంగా తలదువ్వుకొని, మురుకు బిచానా చుట్టుకొని, మూరెడు మల్లిపూలో, కనకాంబరాలో, అదీ లేకుంటే ఒక చెండు మల్లి పువ్వో, చేమంతి పువ్వో తల్లోబెట్టుకోందే బయటికి రావడం లేదిప్పుడు. వచ్చేముందు కూతురికి కూడా రెండు జడలేసి పూలు బెడుతుంది. నొసట్ని బెట్టుకొనే కుంకుమ బొట్టును కూడా గుండ్రంగా దిద్దుకొంటూంది.

పెండ్లిగాక ముందు ఎలా ఉండేదో అలా ఉండటాన్ని చూసి ఆ ఊర్లో సంతోషపడినోళ్ళే ఎక్కువ. కానీ ఏం లాభం? ఉన్నట్లుండి ఊరంతా కోడై కూయడం మొదలుపెట్టింది.

ఒక దినం బండ కింద చేన్లో గొడ్లను మేపకొస్తానని పోయినాడు నడుపబ్బ. చేన్లో కసువు మనిషిత్తు పెరిగింది. కట్టేస్తే కుదురుగా ఒకేచోట కడుపునిండా మేస్తాయనుకున్నాడు. గొడ్లను పగ్గాలతో కంది మొక్కలకు కట్టేసినాడు. బీడీ తాగతా బాయికాడి గుడ్డంలో మిరప పండ్లేరతా ఉండిన సాలమ్మ దగ్గరికి బయలు దేరినాడు.

నడుపబ్బ బాయి దగ్గరి కొచ్చే కొద్దీ పిల్లవాడి ఏడుపు దగ్గరయింది. బాయి గట్టున బాదం చెట్టుకు కట్టిన ఉయ్యాల్లో పిలగాడు గుక్కపట్టి యాడస్తావుండాడు. సాలమ్మ కనచూపుమేర కంటికి కానరాలా. ముందు ఉయ్యాల్లోని పిల్లోణ్ని చేతుల్లోకి ఎత్తుకున్నాడు. వాడి ఏడుపు ఎక్కువయిందే కానీ తగ్గలేదు. ఏమయిందా అని చూస్తే వాడి తొడమీద కందిగింజంత దద్దు. బాదం చెట్టులో ఉండే ఎఱ్ర చీమ వాడి చొక్కామింద తిరగతా కన్పించింది. చీమను నలిపి పారేసి దద్దు మీద ఎంగిలి పూసినాక వాడి ఏడుపణిగింది.

చుట్టూ చూసినాడు. సాలమ్మ వస్తున్న ఆనవాలు కన్పించలేదు. ఆమె కోసం వెతుకుతూ వరిమడి దాటి చెరుకుతోట దగ్గరికొచ్చి నిలబడినాడు. సాలమ్మా, సాలమ్మా అంటూ గట్టిగా కేక పెట్టినాడు.

'నా మొగడొచ్చినాడు. వొదులు. వొదులు. ముందునే బోతా నువ్విప్పుడే ఈన్నించి కదలొద్దు. ఎండాకు గలగలమంటాది' అనింది సాలమ్మ.

గుసగుసగా మాటలు నడుపబ్బ చెవిలో పడనే పడినాయి. కానీ ఎవరితో ఏం మాట్లాడ్తా ఉందో నడుపబ్బకు అంతు చిక్కలేదు. గెనిమిపై నిలబడినవాడు మాటలినిపించిన దిక్కుకు పోయినాడు.

అడవి మాదిరిగా ఉండే చెరుకు తోటలోంచి సందు చేసుకుంటూ రెండు మొనాల మధ్యన నీళ్ళుపారే కాలవలోకి వచ్చి నిలబడింది సాలమ్మ. జుట్టు సరిజేసికొని, రవిక గుండీ పెట్టుకుంటా గెనింపక్క చూసి ఉలిక్కి పడింది సాలమ్మ.

'ఒంటిక్కూసుందామనివొస్తి . ఈ లోపలే వీడు లేచినాడా' అంటూ దగ్గరికొచ్చి బిడ్డను తీసుకొంది.

పాలిపోయిన మొహం మీద చెమటలు, మాటలు తడబడడం, ఒళ్లంతా చిగురాకు లాగా వొణకడం, మొహంలో కన్పిస్తున్న భయం, జుట్టు సరిచేసుకోవడం, రవిక గుండీలు పెట్టుకోవడం, అంతకు ముందు గుసగుసగా విన్పించిన మాటలు నడుపబ్బను 'ఏదో కథుంది చూడు' అని హెచ్చరించినాయి.

నడుపబ్బ చెరుకు తోటలోకి చొరబడినాడు. అంతే సాలమ్మ గుండెలు నీరైనాయి. ఎండాకుల్లో మనిషి నడిచొస్తున్న శబ్దం విని జయరాముడు లేచి దబదబా ఆ పక్కకు పరిగెత్త బొయినాడు. నడుపబ్బ రెండంగల్లో వాడి చొక్కా పట్టుకున్నాడు.

'నేను ఎనపదూడకు మోసులించుకుంటా ఉండా' అన్నాడు గుమ్మడికాయ దొంగ అంటే భుజాలు తడుముకున్నట్లుగా.

'ఏవీ మోసులు?' అడిగినాడు నడుపబ్బ. నడుపబ్బ చూపులు చుట్టూ పరికించి చూసినాయి. అక్కడ దూరంగా కొంత భాగం ఎండాకులు లేకుండా శుభ్రంగా ఉంది. ఇద్దరు మనుషులు కాపురం చేసిన ఆనవాళ్ళు కచ్చితంగా కన్పిస్తున్నాయి.

'ఎప్పట్నుంచిరా ఈ బాగోతం లంజా కొడకా. మోసులు కోసం వొస్తివా? ముండ కోసం వొస్తివా?' అంటూ చెరుకు గడ విరుచుకొని పిచ్చిలయ్యేదాకా కొట్టినాడు. బలం కొద్దీ జుట్టుబట్టి వంగదీసి వీపు మీంద పిడిగుద్దులు గుద్దినాడు. అయినా జయరాముడు అడ్డుతగిలుంటే ఒట్టు.

'తూ నీయమ్మా' అని వాడినొదిలి ఈ పక్క తిరిగినాడు. చంకలో బిడ్డనెత్తుకోని అమాయకంగా నిలబడి ఉన్న సాలమ్మను వంగదీసి పిడిగుద్దులు గుద్దుతుంటే పిల్లవాడు గుక్కపెట్టి యాడ్వడం మొదలు పెట్టినాడు.

నడుపబ్బ శివమెత్తినట్లు ఒక చేత్తో బిడ్డ రెక్కబట్టి ఎత్తుకొని సాలమ్మను అడుసులోకి తోసి తొక్కడం, మళ్ళీ పైకిలాగి కిందపడేసి తొక్కడం చేస్తుంటే 'చంపేస్తున్నాడంటూ' సాలమ్మ గట్టిగా యాడ్వబట్టింది. చుట్టు పక్కల మళ్ళలో పనిచేసుకొనే వాళ్లంతా చేరిపోయినారు.

'ఎట్లాంటి దానివే నువ్వు. దొంగముండా. ఉండు నీ అంతు జూస్తా పానాల్తో వదల్తానా నిన్ను' అని ఏడుస్తూ ఉన్న పిల్లోన్ని సాలమ్మ వొడిలో కిసిరి సరసరా నడ్చుకుంటూ వెళ్ళిపోయినాడు.

'ఏమైంది పాపా! ఎప్పుడూ లేంది. వాడు నిన్నెందుకట్లా సావగొట్టినాడు' అని వాళ్ళ పెద్దత్త సుందరమ్మ సాలమ్మనడిగింది.

'ఏమైందో సెప్పకా' అని ఆమె వెంట ఉన్న మంగి అడిగింది.

సాలమ్మ ఉలకలా పలకలా. 'నీ మొగుడు దరమరాజే. వాడికి కోపమొచ్చి సంపేదాకా పొయినాడంటే ఏందో జరిగే ఉంటాది. ఏం జరిగిందో సెప్పు పాపా' అని బంగ పోయిందాయమ్మ.

'మీరీడే ఉండారు గదరా. ఏం జరిగిందో మీరైనా చెప్పండిరా' అని కసింకాడ గొడ్లు మేపుకొంటా ఉండిన పిలకాయిల నడిగింది.

'ఏం లేదమ్మా సెరుకు దోట్లొంచి ఈయక్కిట్లిచ్చింది. ఆయన్న అట్ల బొయినాడు. సెరుకు దోట్లొంచి జయరామన్న మామిడితోపులోకి ఉరికెత్త బొయినాడు. ఆయన్నను ముందు సావగొట్టి మళ్ళీ ఈయక్కను గొట్టినాడు.

సుందరమ్మకు, చూస్తున్న వాళ్ళకు సంగతేదో అర్థమయినట్లే అన్పించింది. జరిగింది ఎంతవరకు నిజమో అనుకోలేదెవరు. పొద్దు గుంకే లోపల ఊర్లో అందరికీ తెలిసిపోయింది. గోరంతను కొండంతలుగా చెప్పుకున్నారు జనాలు.

నడుపబ్బ నెలలు గడిచినా పెండ్లాంతో మాట్లాడలేదు. ఎడమొగం పెడమొగాలతో ఉన్న అమ్మానాయన్లను చూసి సుభద్ర చాలా దిగులు పెట్టుకొంది.

'నాయనా, నువ్వూ మాట్లాడుకోండిమా. లేకపోతే నేను సంగటి కెలకను అన్నమూ చెయ్యను సూడు' అని తల్లిని బెదిరించే ప్రయత్నం చేసింది సుభద్ర.

ఎంత కోపం ఉన్నా నడుపబ్బకు కూడా అలా ఉండడం కష్టంగా ఉంది. ముఖ్యంగా సేద్యం పనుల గురించి చెప్పాలంటే చెప్పలేనంత యిబ్బంది. పరిస్థితుల ప్రభావమో, తెలియనితనమో అనుకోకుండా కొన్నిసార్లు ఊహించని తప్పులు జరిగిపోతుంటాయి. దాన్నే పట్టుకొని వేలాడితే పిల్లా పాపల బతుకులు ఏమై పోవాల నడుపబ్బ మనసులో పరి పరి విధాలుగా ఆలోచనలు పరుగులు బెట్టసాగాయి.

క్రమంగా అతనిలో క్షమాగుణం మొలకెత్తి తీగెలాగ సాగింది.

కొమ్మలు నరికిన చెట్లు మళ్ళీ కొత్త చివుళ్ళు వేయడాన్ని నిత్యం చూస్తూనే ఉన్నాడు నడుపబ్బ.

పశ్చాత్తాపంతో కుమిలిపోతున్న సాలమ్మ మొగుని మనసును ఎలా పసిగట్టిందోగాని గాట్లో గొడ్లను కడతాఉండిన నడుపబ్బ కాళ్ళను గట్టిగా పట్టుకొనింది సాలమ్మ.

ఎంతెంత దూరం

అవి నేను తిరుపతి పద్మావతి కాలోజీలో డిగ్రీ చదువుతున్న రోజులు. మా కాలేజీలో ప్రతియేటా ఓ వారం రోజులు ఫ్లవర్ ఎగ్జిబిషన్ ఏర్పాటు చేస్తారు. పూలతో పాటు కాప్సికమ్, కాలీఫ్లవర్, క్యాబేజి, బీట్రూట్ లాంటి కూరగాయల్ని చాలా పెద్దసైజులో పండిస్తారు. ఖర్చంతా టి.టి.డి. వాళ్ళదే. అయినా నిర్వహణలో మేమందరం ఎంతో ఉత్సాహంగా పాలు పంచుకుంటాం. ఆ వారం రోజులు క్లాసులు అసలు జరగవు. అందుకే ఇంటికెళ్ళి రావాలన్న గుబులు పుట్టింది నాకు.

ఎగ్జిబిషన్ మొదలైనాక ఓ రెండు రోజులుండి, మా అవ్వకు బాగలేదట అని వార్డెన్ దగ్గర అబద్ధం చెప్పి మా ఊరికొచ్చినాను.

నేను బస్సు దిగడాన్ని చూసి నాతోపాటే మా ఇంటికొచ్చింది నా చిన్ననాటి స్నేహితురాలు హేమలత. దానికి పెళ్లై మూడేండ్లయింది. ఒక బిడ్డకు తల్లి కూడా. మళ్ళీ కాన్పుకోసం వచ్చినట్లుందని దాన్ని చూసి అనుకున్నాను.

ఎంతో ఆత్రంగా ఇల్లు చేరిన నాకు మా అమ్మ మిరపపండ్లేరడానికి తోటకాడికి పోయిందని తెలిసి నిరుత్సాహ పడినాను. ఇంటి దగ్గర మా అవ్వ మాత్రం ఉంది. వాకిట్లో ఎండ పోసిన ఉప్పిదొడ్లను కాకులు, కోళ్ళు తినకుండా కర్ర పట్టుకొని కాపలా కాస్తా ఉంది. ఎద్దుల కొట్టం నీడలో' కుక్కిమంచం మింద కూచున్న మా యవ్వ నన్ను చూడంగానే తెగ సంతోషపడి పోయింది. బోసినోటితో నవ్వుతూ తన ఆనందాన్ని వ్యక్తం చేసింది.

'మీయమ్మ ఇప్పుడే బాయికాడికి పోయింది గదా నాయినా. నువ్వొస్తాఉండేట్లు తెలియదే. పో... లోపలికి బోయి నీళ్ళు దాగుపో. సద్దన్నం ఉందేమో తిను' అని మంచం మింది నుంచి లేవకుండానే స్వాగత వచనాలు పలికింది.

హేమలత నావెంట లేకుంటే బ్యాగు ఇంట్లో పడేసి నేనూ బాయి కాడికి పరిగెత్తేదాన్ని. పోనీ దాన్నీ రమ్మందామంటే నిండు చూలాలు. అందుకే అనుకోకుండా బాయికాడ ప్రత్యక్షమయి మా అమ్మ మొగంలో ఆనందాన్ని చూసి ఆమె అభిమానాన్ని ఆస్వాదించాలనుకున్న నా కోరిక మింద కాస్త చన్నీళ్ళు చల్లి హేమలతతో పాటు తాల్వారంలోని అరుగుమింద కొలువుదీరినాను.

అప్పటికే అది ఏదో చెప్పాలని ఆత్రంగా ఎదురు చూస్తున్నట్లుంది. యోగక్షేమాల ప్రసక్తి తేలేదు. 'మీ క్లాసుమేటు సక్కుబాయి బాయిలో పడిపోయింది తెలుసా?' అని ప్రశ్నించింది. దాని నోట్లో మాట నోట్లో ఉండంగానే నిలువునా వణుకు లాంటిది పుట్టింది నాకు.

'ఆ' అన్నాను నిలవరించుకోలేక. ఆ షాకునుంచి తేరుకోవడానికి నాకో రెండు నిముషాలకు పైనే పట్టింది. వివరాలు చెప్పడానికి హేమలత కాచుకొని ఉన్నట్లనిపించింది. నేను ఏమీ అడగకపోయే సరికి నావైపు చూస్తూ నా మొహంలో కదలాడే భావాల్ని పరిశీలిస్తూ ఉంది.

అప్పుడడిగినాను 'ఏమైందే దానికి?' అని.

ఆ ప్రశ్నకోసమే ఎదురుచూస్తున్న హేమలత చెప్పడానికన్నట్లు ఒక్కసారి సర్దుక్కూచుంది. మళ్ళీ ఏమనుకుందో ఆదుర్దాగా ఎదురుచూస్తున్న నన్ను నట్టేట్లో వదలి 'ఇప్పుడేవస్తా' నంటూ అది బాత్రూంకి వెళ్లింది.

నా ఆలోచనలు ఎన్నో ఏళ్ళ వెనక్కి వెళ్ళిపోయాయి.

మా ఊరి ఎలిమెంట్రీ స్కూల్లో ఒకటవ తరగతి నుంచి ఐదవ తరగతి దాకా సక్కుబాయి, నేను కలిసి చదువుకున్నాం. అప్పుడంత లేదుకానీ మా క్లాస్మేట్స్లో నేనూ అది మాత్రమే చిత్తూరు కణ్ణన్ హైస్కూల్లో ఆరో తరగతిలో చేరినాము. దాంతో నేనూ, సక్కుబాయి చాలా దగ్గరైనాము. ఒకే ప్రాణమన్నట్లుగా మసులుకొనే వాళ్లం.

సక్కుబాయి వాళ్ళనాన్న గుర్నాధం చిత్తూరులో కళ్ళద్దాల అంగడి పెట్టుకున్నాడు. అప్పట్లో ఆ ఐదారు ఊర్లలో ఏడవ తరగతిదాకా చదువుకున్న వాడు. పొలాలు, సేద్యం వదులుకోలేక ఊర్లోనే ఉంటూ రోజూ చిత్తూరికి వెళ్ళి అంగడి వ్యవహారం చూసుకొనేవాడు. మా కుటుంబాలతో పోలిస్తే ఆ రోజుల్లో కొంత నాగరికత సంతరించుకున్న కుటుంబం వాళ్ళది.మిద్దిల్లు, వ్యవసాయానికి తోడు అంగడికూడా ఉండటంతో మాలాగా దేనికీ తడుముకోవాల్సిన అవసరం ఉండేది కాదు.

సక్కుబాయికి ఒక అక్క అన్న ఉన్నారు. మేము ఆరులో చేరినపుడు వాళ్ళక్క ఎనిమిదిలో, వాళ్ళన్న పరంధాముడు ఎస్.ఎస్.ఎల్.సి లో ఉండేవాళ్ళు.

నిలువెత్తు క్యారియరు ఒళ్లో పెట్టుకొని వాళ్ళక్క వాళ్ళనాన్న వెనక , సక్కుబాయి వాళ్ళన్న వెనక చిత్తూరికి వెళ్ళేవాళ్ళు. నేను ఎనిమిదిలోకి వచ్చాక మా తమ్ముడు ఆరులో చేరినాడు. వాడు ఏడులోకి ఎంటర్ కాగానే సైకిలు కొనియ్యమని మా నాయన్ను సతాయించినాడు. అందువల్ల నాకూ ఎనిమిది నుంచి మా తమ్ముడి వెనక సైకిల్లో కూచొని వెళ్ళే భాగ్యం కలిగింది.

సాయంకాలం వాళ్ళన్నకు ఇంగ్లీషు గ్రామరు స్పెషల్ క్లాసు ఉండడం వల్ల సక్కూబాయి మాతోనే ఊరికి బయలుదేరేది. చాలా వరకు బెల్లమో, మామిడి కాయలో, చెనిక్కాయలో మండీకి తెచ్చిన ఎద్దుల బండ్లలో మేము హాయిగా కూచొని కబుర్లు చెప్పుకుంటూ ఊరు చేరే వాళ్లం. సైకిల్లో కాకుండా సాయంకాలం బండ్లలో కూచొని ఇంటికి రావడానికే ఇష్టపడేవాళ్లం.

ట్వల్త్ పూర్తికాగానే వాళ్ళక్క కళ్యాణి బాటను అనుసరిస్తూ సక్కుబాయి టీచర్ ట్రైనింగ్ కు వెళ్లింది. నేను పద్మావతి కాలేజీలో బి.ఏ.లో చేరినాను.

సక్కుబాయికి, నాకూ మధ్య విడదీయరాని స్నేహబంధం ఉన్నందు వల్ల కొన్నాళ్ళు ఉత్తర ప్రత్యుత్తరాలు కొనసాగాయి. పండగ పబ్బాలకు సొంత ఊరికి వచ్చినప్పుడు అడపాదడపా

కలుసుకొనే వాళ్లం కూడా. మూడు నెలల క్రితం దసరా సెలవులకు వచ్చినప్పుడు తానే మా ఇంటికొచ్చి ఉదయం నుంచి సాయంకాలం దాకా ఉంది కూడా. కానీ మామూలు విషయాలు తప్ప తన వ్యక్తిగత విషయాలేవీ నాతో చెప్పలేదు. వాళ్ళక్కకు వాళ్ళ మేనత్త కొడుకుతో పెళ్ళయిపోయింది. వాళ్ళన్న ఎస్వీలో రీసెర్చి చేస్తున్నాడు. దానికింతలో ఏం ముంచుకొచ్చిందో అప్పుడే నూరేండ్లు నిండిపోయాయి.

హేమలత చెప్పే విషయం కోసం ఎంతో ఆత్రంగా ఎదురుచూస్తున్నాను. అది మాత్రం తాపీగా వంటింట్లోకి వెళ్ళి మంచినీళ్ళు కూడా తాగి వచ్చి నా దగ్గరగా కూచుంది.

టీచర్ ట్రైనింగ్ కి వెళ్ళిన సక్కుబాయికి అదే ట్రైనింగ్ చేస్తున్న రంగనాథం అనే అబ్బాయితో పరిచయమేర్పడి అది కాస్తా ప్రణయంగా మారిందట. ఇద్దరిదీ ఒకే కులం కావడంతో ఇంట్లోవాళ్ళకు ఎలాంటి అభ్యంతరం ఉండదనుకున్నారు.

వీళ్ళ ప్రేమ వ్యవహారం ఎలా తెలిసిందోకాని సక్కు వాళ్ళ నాన్న ఒకరోజు చిత్తూరి నుంచి వచ్చి భార్యమింద విరుచుకుపడ్డాడు. తిట్ల మధ్యలోనే సక్కుబాయి ప్రేమించిన అబ్బాయి గురించి అతని ఊరు, తల్లిదండ్రులు మొదలైన వివరాలన్నీ తెలిశాయి సక్కుబాయి వాళ్ళమ్మ సంపూర్ణమ్మకు. కులం కూడా వాళ్ళదే అని తెలిసి ఆమె ఊపిరి పీల్చుకుంది. అయినా భర్త ఎందుకు చిందులేస్తున్నాడో అంతు పట్టలేదామెకు. ఒక్కగానొక్కకొడుకు, చదువు సంధ్య అన్నీ ఉన్న అబ్బాయికి పిల్లనిచ్చి పెళ్ళిచేయడానికి అభ్యంతరం ఏమిటని భర్తను అడగాలనుకుంది. అతని ఉగ్రరూపం చూసి అది సమయం కాదని ఊరుకుంది.

సక్కుబాయి వాళ్ళ నాన్న అంతటితో ఊర్కోలేదు. మర్నాడే ప్రయాణమై పెట్టేబేడాతో సహా సక్కుబాయిని వెంటబెట్టుకొచ్చాడు. ట్రైనింగ్ ఇంక ఒక నెలలో పూర్తికానుండగా ఇంటికి తీసికెళ్ళి పోతున్నందుకు సక్కూ కన్నీరు మున్నీరుగా ఏడ్చింది. కాళ్ళా వేళ్ళా పడి బతిమాలింది. అయినా కసాయి గుండె కరగలేదు. అందరిముందు బలవంతంగా లాక్కొచ్చి రిక్షా ఎక్కించాడు.

సంపూర్ణమ్మ తండ్రీ కూతళ్ళను చూసి అవాక్కయింది. లగేజి మొత్తాన్ని చూసి 'ఇప్పుడు ఏమైందని చదువు అర్ధాంతరంగా ఆపేసి ఆ పిల్లను లాక్కొచ్చినారు' అని నిలదీసింది. ఫలితంగా సంపూర్ణమ్మ చెంపపేలింది కాని సక్కుబాయికి మేలు జరగలేదు.

గుర్నాథం మర్నాడే తనకు అక్క వరసైన వర్ధనమ్మను కలవడానికి ఉదయాన్నే బయలుదేరి పీలేరుకు వెళ్ళాడు. ఆమెకు భర్తలేదు. ఒక్కగానొక్క కొడుకును అపురూపంగా పెంచుకొంది. కొడుకు రామేశం పెద్దగా చదువుకో లేదు. ఒక్కోక్లాసును రెండేండ్లు చొప్పున చదివి ఇక మెట్లెక్కలేక చతికిల పడ్డ వ్యవహారం. తండ్రిలేని పిల్లవాడని ముద్దుచేసి మొద్దబ్బాయిని చేసిందని బంధువులంటారు. మనసు మాత్రం వెన్న.

సక్కుబాయి నిస్తాననగానే తల్లీకొడుకులిద్దరూ తెగ సంతోష పడిపోయారు. అలా పెళ్ళి ఖాయం చేసుకొచ్చి పెళ్లాం చెవిలో వేశాడు గుర్నాథం. ఇష్టంలేని పెళ్ళి చేసి దాని గొంతు కొయ్యొద్దని

కాళ్ళా వేళ్ళాపడి వేడుకొంది సంపూర్ణమ్మ. నెత్తీ, నోరూ కొట్టుకొంది. అయినా అతని మనసు కరగలేదు.

తనకు జరుగుతున్న అన్యాయాన్ని ఎలాగైనా ఎదుర్కోవాలనుకుంది సక్కుబాయి. ఆ పెళ్ళి చేసుకొని జీవితాంతం బాధపడడం కంటే తండ్రిని ఎదిరించి తాడోపేడో తేల్చుకోవడం మేలనుకుంది. ఈ పెళ్ళి చేసుకోనని పేచీ పెట్టింది.

'అంతా నీ ఇష్టమనుకున్నావా? మమ్మల్ని ఎదిరించడానికేనా నిన్ను చిన్నప్పటి నుంచి పెంచి పెద్ద చేసింది. చదివేస్తే ఉన్న మతిపోయిందని మంచేది, చెడేది తెలుసుకోకుండా ప్రవర్తిస్తావా? మీ అత్త దారిలోనే నడవాలనుకుంటే నువ్వూ దానిలాగే బుగ్గిపాలైపోతావు. చావో, బతుకో మన చేతుల్లో ఉండాలికాని ఎవడి చేతికో జుట్టందించి మన బతుకుల్ని బజారు పాలు చేసుకోవడంలో అర్థంలేదు. నోర్మూసుకొని చెప్పినట్లు చెయ్యి. తేడా వచ్చిందంటే నేను మనిషికాను' అని హెచ్చరించి తన రొటీన్ పని మీద వెళ్ళిపోయాడు.

సంపూర్ణకు గుర్నాధం ప్రవర్తనకు ఇప్పుడుఅర్థం తెలిసింది, అతనికి సొంత అక్కచెల్లెళ్ళుకాని, అన్నదమ్ములుకానీ లేరు. కానీ వాళ్ళ పెదనాన్న పిల్లలుండేవారు. పెద్ద సంసారం వాళ్ళది. ముగ్గురు కూతుళ్ళు, నలుగురు కొడుకులు, కూతుళ్ళలో చిన్నది అనసూయ. సెవంత్ క్లాసులోనే వాళ్ళ టీచరు మాయలో పడింది. ఇంట్లో తెలిసి దండించే సరికి అతనితో వెళ్ళిపోయి పెళ్ళికూడా చేసేసుకుంది.

మైనారిటీ తీరని అనసూయ అంతపని చేసినా గుట్టురట్టవుతుందని పోలీసు కేసుపెట్టలేదు ఆమె పుట్టింటివాళ్ళు. కొత్తమోజులో అత్తింటి వాళ్ళు బాగానే చూసుకున్నారు. కానీ సంవత్సరం తిరక్కనే అత్త ఆడబిడ్డలు, భర్తతో సహా అందరు రాచిరంపాన పెట్టడం మొదలు పెట్టారు. తాడూ బొంగరం లేకుండా పెరిగిన దానివన్నారు. అలాంటి దానివి కాబట్టే పొయ్యిందే మేలనుకొని పుట్టింటివాళ్ళు కూడా నీళ్ళొదిలేశారన్నారు. ఇంకెక్కడైనా అయితే కట్నం కానుకలు దండిగా అబ్బేవి అన్నారు. చిత్రహింసలు పెట్టారు. పుట్టింటికి వెళ్ళి డబ్బు దండుకొని రమ్మన్నారు . అనసూయ 'ససేమిరా' అంది. 'నా ఇష్టంతో పెళ్ళి చేసుకొని ఇప్పుడు ఏ మొహం పెట్టుకొని వాళ్ళ దగ్గరికి వెళ్ళేద'ని ఎదురు ప్రశ్నించింది.

'ఈ మొహం పెట్టుకొని వెళ్ళు' అని అత్త కిరోసిన్ డబ్బా తెచ్చి మొహం మీద కుమ్మరించింది. వట్టి బెదిరింపనుకున్న అనసూయ మళ్ళీ మోసపోయింది.

నిజంగానే అగ్గిపుల్లగీసి మొహాన విసిరినారు. అనసూయ పెట్టిన గావు కేకలకు ఊరంతా ఒక్కటైపోయింది. ఆర్పే ప్రయత్నం చేశారు కానీ ఫలించలేదు. మరణవాంగ్మూలంలో విషయమంతా చెప్పి పుట్టింటివాళ్ళను క్షమించమని వేడుకుంది. ఆడపిల్లకు నా ప్రేమపాఠం కనువిప్పు కావాలంది.

తల్లి చెప్పిన ఉదంతాన్ని విన్న సక్కుబాయి తండ్రి మూర్ఖత్వానికి అబ్బురపడింది . అందరూ ఒకేలా ఉంటారా? అని వాపోయింది. పెళ్ళి విషయం సరే? చదువునెందుకు మాన్పించడమని వాపోయింది. సూట్కేస్ సర్దుకొని తండ్రికి చెప్పకనే హాస్టల్కు వెళ్ళిపోయింది. వెళ్ళిన వెంటనే తండ్రి ప్రవర్తనను వివరిస్తూ అన్నకు లేఖ రాసి పోస్టు చేసింది.

కూతురు ఇంటి నుంచి వెళ్ళిపోయిందని తెలిసి అగ్గిమీద గుగ్గిలం అయినాడు గుర్నాథం. పెళ్లాం కూడా కూతురు పక్షం వహించడాన్ని సహించలేక పోయాడు. పైపెచ్చు అవమానంగా భావించాడు. తన పంతాన్ని నెగ్గించుకోవాలన్న పట్టుదల అతనిలో రెట్టింపయింది. పైగా పెళ్ళి నిశ్చయించాడు కూడా.

సక్కుబాయి ఉనికిని ఊహించి నేరుగా హాస్టలు చేరుకున్నాడు. సక్కూ తండ్రికి ఎంతగానో నచ్చజెప్పాలనుకుంది. తనకు అప్పుడే పెళ్ళి ఇష్టంలేదంది. తను ఇష్టపడిన రంగనాథంతో అసలు మాట్లాడనని ప్రమాణం చేసింది. తన ట్రైనింగ్ పూర్తి చెయ్యనియ్యమని కాళ్ళు పట్టుకుంది.

'ఈ పని ఇంట్లో ఎందుకు చెయ్యలేదు' అని గుడ్లురిమాడు. 'నన్ను అవమానం చెయ్యాలని మీరందరూ కంకణం కట్టుకున్నారని తిట్టిపోశాడు. ఆవేశంలో అది హాస్టలని తామిప్పుడు విజిటర్స్ హాలులో ఉన్నామని, చుట్టూ ఇంకా జనాలున్నారని మరిచిపోయాడు.

అందరూ తమవైపే చూస్తున్నారు. 'నువ్వు నిజంగా నాకు పుట్టిన దానివైతే వెంటనే బయలుదేరు' అని దబాయించాడు.

సక్కూ అవమానంతో దహించుకు పోయింది. తనతో పాటు తల్లిని కూడా అవమానించడం సహించలేకపోయింది. తగిన సమయం కాదని సరిపుచ్చుకుంది. మారుమాట్లాడకుండా తండ్రి వెంట నడిచింది.

అన్నకు ఉత్తరం రాసినా పట్టించుకోలేదని బాధపడింది. కానీ అతడు రీసెర్చి పనిమీద ఫీల్డువర్కుకు వెళ్ళాడన్న విషయం తెలుసుకోలేకపోయింది. తన దురదృష్టం అలా ఏడ్చింది కాబట్టే తోబుట్టువులు కూడా పట్టించుకోలేదని లోలోపల కుమిలిపోయింది. కూతురి దీనమైన మొహం చూసి తల్లి తల్లడిల్లిపోయింది. భర్త కోపం తెలుసుకాబట్టి నలుగురిలో నవ్వుల పాలవుతుందని ఏమీ చేయలేక నిస్సహాయంగా ఉండిపోయింది.

కన్నీరు మున్నీరవుతున్న తల్లీకూతుళ్ళ కళ్ళ ఎదుటే ఇంటి ముందు పచ్చని పందిరి వెలిసింది. వాళ్ళ ప్రమేయం లేకుండానే వెచ్చాలు ఇల్లు చేరాయి. వాళ్ళతో సంప్రదింపులు లేకుండానే బంధువులకు ఆహ్వానాలు వెళ్ళాయి. వాళ్ళు చూస్తూండగానే బంధువులు ఒక్కొక్కరే ఇల్లు చేరుతున్నారు. చెల్లెలి పెళ్ళివార్త విని పరుగు మీదొచ్చిన పెద్దకూతురు కళ్యాణి తల్లి ద్వారా అంతావిని చెల్లెల్ని పలకరించే ధైర్యం కూడా లేక చూస్తూ ఉండిపోయింది.

వంటలు ఘుమఘుమలాడాయి. వడ్డనలు మొదలయ్యాయి . క్రమంగా అందరి బోజనాలూ ముగిశాయి. . ఆ ఇంట్లో ముగ్గురు మాత్రం ఎంగిలి పడలేదు. మామ పెద్దల్లునికి ఏం చెప్పాడో అతను అన్నీ ముందుండి చూసుకోసాగాడు.

బాజాభజంత్రీలు మోగాయి. పెళ్ళికొడుకు విడిదింట్లో దిగాడు. పెళ్ళి కూతురి అలంకరణ కూడా పూర్తయింది. అప్పుడు దిగాడు అన్న పరంధాముడు.

'ఏంటమ్మా ఇదంతా ఇంకా దాని ట్రైనింగ్ కూడా పూర్తికాలేదు కదా! నేరుగా ఇంట్లో కొచ్చి తల్లిని ప్రశ్నించాడు. ఆమె కొడుకును పట్టుకొని బోరుమని ఏడ్చేసింది. భర్త ఇంట్లోలేడు. లేకుంటే పెద్ద రాద్ధాంతమే జరిగేది.

పెద్ద చెల్లెలు అన్నను పెరట్లో ఉన్న బాదం చెట్టుకిందకి తీసుకెళ్ళి విషయమంతా వివరించింది.

పొయి పొయి ఆ ముద్దోడికా సక్కూను కట్టబెట్టేది అని ఆవేశంతో ఊగిపోయాడు. ఇంతదూరం వచ్చాక ఏం చేయాలో తోచలేదు. గదిలో ఉన్న చెల్లెలి దగ్గరికెళ్ళాడు.

'కాస్త మాట్లాడాలి...' అనగానే అక్కడ ఉన్న ఆడవాళ్ళందరూ బయటకెళ్ళిపోయారు.

'ఏంటమ్మా ఇది?' అన్న చెల్లెల్ని అడిగాడు.

సక్కూ మూతి ముడుచుకుని ముభావంగా ఉండిపోయింది.

'ముందే నాకెందుకు చెప్పలేదు' చెల్లెల్ని నిలదీశాడు.

బదుల్లేదు.

మళ్ళీ అడిగాడు 'నాకెందుకు చెప్పలేద"ని

'నువ్వేదో ఉద్ధరిస్తావని ముందు నీకే ఉత్తరం రాశాను. అయినా నాబాధ ఎవరికి పట్టిందిలే' నిష్ఠూరమాడింది అన్నను.

'నాకు ఉత్తరం రాశావా?'

"నీకే'

'సారీ సక్కు ,నేను ఫీల్డువర్క్ మీద త్రివేండ్రం వెళ్ళాను. తిరుపతికి నిన్ననే వచ్చాను. ఈ రోజు డిపార్టుమెంటులో వెడ్డింగ్ కార్డు చూసి పరిగెత్తుకొచ్చాను. అయినా నీ ఉత్తరం ఏమైందబ్బా. ఆ అటెండర్ తీసిపెట్టి ఉంటాడు. వాడు ఈ రోజు సెలవు. అబ్బా ఎంత కథ జరిగిపోయింది' అంటూ తల పట్టుక్కూచున్నాడు.

'అరటి పిలకలు తెచ్చావారా' తండ్రి ఎవరినో కేకేస్తున్నాడు.

తండ్రి గొంతు విన్న పరంధాముడు ఒక ఉదుటున లేచి వాకిట్లోకి పరిగెత్తాడు.

'ఏంటి నాన్నా నువ్వు చేస్తున్న పని'

"నేనేం పని చెయ్యడం లేదు, పని పురమాయిస్తున్నాను'.

'జోకులొద్దు నాన్నా వాస్తవానికి రా!

'ఏంరా ఏం మాట్లాడ్తున్నావు నువ్వు'

ఉన్నపళంగా ఎందుకు పెళ్ళి చేస్తున్నావు.'

'కళ్యాణం కలిసొచ్చింది కాబట్టి'

'కలిసొచ్చిందా? దాని జీవితాన్ని కాలరాయాలనుకున్నావా"

'కళ్ళు నెత్తికెక్కాయా? తిక్కతిక్కగా వాగుతున్నావ్?'

'నేను తిక్కగా వాగడం కాదు నీకు తిక్క పట్టింది కాబట్టే దాని జీవితంతో ఆడుకొంటున్నావు'

'అది నా కూతురు దానికి పెళ్ళి చేయాల్సిన బాధ్యత నామీదుంది'. 'ఆ ఉంది, కాదని ఎవరన్నారు? కానీ ఆ బాధ్యతను ఎంత చక్కగా నిర్వర్తిస్తున్నావు అని అడుగుతున్నా?'

'నువ్వెవరురా? నన్ను అడగడానికి నా కూతుర్ని నేనేమైనా చేస్తాను". 'ఏమైనా చేస్తావా?'

'దాని చంపేహక్కు కూడా నాకుంది.'

'ఉంది, చంపే హక్కు నీకుంది. పెళ్ళిపేరుతో దాని గొంతుకోసే హక్కూ నీకుంది. ఈ పెళ్ళి చెయ్యడం కంటే ధాన్ని ఏ బాయిలోనో, కుంటలోనో తోసేస్తే సరిపోయేది.

అందరూ చూస్తూండగా కొడుకు రెచ్చిపోయి మాట్లాడ్డం గుర్నాథానికి నామోషీగా అన్పించింది. కూతురిపై కోపం ముంచుకొచ్చింది. ఆ కోపం విచక్షణను చంపేసింది.

'బాయిలోనే తోస్తానో దాని బతుకు బండలే చేస్తానో రండి అని అక్కడే శిలాప్రతిమలా స్తంభానికి అతుక్కు పోయిన సక్కూను రెట్టబట్టి లాక్కొని బయటకి నడిచాడు.

రచ్చబండ దగ్గరికి లాక్కెళ్ళి ఉన్న పళంగా అక్క కొడుకుతో తాళి కట్టిస్తాడని చూస్తున్న వాళ్ళనుకున్నారు. అందరిలోను చలనమొచ్చింది. అందరూ అతని వెంట అడుగులేయడం మొదలుపెట్టారు కానీ పొలాలవైపు నడుస్తున్న గుర్నాధం ఆలోచన ఏమిటో ఎవరికీ అంతుపట్టలేదు.

సక్కుబాయి అమ్మ, అక్క, బావ చివరికి అన్న వచ్చిన బంధువులు వెంటబడి పరిగెత్తారు.

భర్త కోపంతో ఏం అఘాయిత్యం చేస్తాడోనని సంపూర్ణమ్మ పెట్టిన కేకలకు ఊరంతా ఒకటైంది. విడిదింటికి వార్త వెళ్లింది. వాళ్ళు ఎక్కడి వస్తువులక్కడ వదిలి పరుగుపెట్టారు.

పరంధాముడెళ్ళి తండ్రికి అడ్డు నిలబడ్డాడు. బలంగా అతన్ని నెట్టేశాడు గుర్నాధం దీని వల్లనేగా నేను కన్నకొడుకుతో ఇన్ని మాటలు పడాల్సి వచ్చింది. అంటూ సక్కును బలవంతంగా బాయిలోకి నెట్టేశాడు గుర్నాధం. అంతా క్షణాల్లో జరిగిపోయింది. తనూ దూకబోయాడు. అప్పటికే చాలా మంది వచ్చి అతన్ని ఒడిసి పట్టుకొని అతని ప్రయత్నానికి అడ్డుతగిలారు. గబగబ ఇద్దరు బాయిలోకి దూకారు. సక్కుబాయిని తెచ్చి గట్టుమీద పడుకోబెట్టారు.

హేమలత చెప్తూ ఉంది. బావి గట్టు మింద పడుకోబెట్టిన సక్కుబాయి శవం నా కళ్ళ ముందు కదలాడింది.

కన్న తండ్రే కావచ్చు. కనిపెంచిన వాడికి బిడ్డలపైన సర్వహక్కులూ ఉండొచ్చు. కానీ చంపే హక్కు మాత్రం ఉండదు. ఉండకూడదు.

ఇష్టమైన కథలు చెప్పి, ఆటలు ఆడించి, ఇష్టమైనవి చేసి తినిపించి నిరంతరం పిల్లల్ని ఆనందసాగరంలో ముంచెత్తి వాళ్ళ సంతోషం కోసమే బతుకుతున్నట్లున్న తల్లిదండ్రులు వాళ్ళ పెళ్ళి విషయానికి వచ్చేసరికి ఎందుకిలా మారిపోతారో అర్థంకాదు.

నా ఆలోచనలు ఎంతదూరం వెళ్ళిపోయాయో! హేమలత నా భుజాల్ని కుదుపుతుంటే ఈ లోకంలోకి వచ్చిపడ్డాను.

'సక్కూ శానా పుణ్యం చేసుకొనిందే' అట్లా జరక్కుంటే దాని బతుకేమయ్యేదో!' అన్న హేమలత మాటలకు ఉలిక్కిపడినాను. దాని మాటల్లో ఏదో గజి బిజి ఉన్నట్లనిపించింది.

'ఇంతకూ ఏందే నువ్వు చెప్పేది' హేమలతను నేను కుదిపేశాను.

'అదే పందిట్లో, అదే బంధువుల ముందర, అది ఇష్టపడిన రంగనాథంతో దాని పెండ్లి జరిగిందే. నవ్వుతూ నొక్కి నొక్కి లయాత్మకంగా చెప్పింది . దాని మెడలో తాళి కట్టడానికి వచ్చిన ఎర్రిఏమాళం, మొద్దబ్బాయి అయిన రామేశమే రంగనాధాన్ని తీసుకొని వచ్చి దాని పెండ్లి జరిపించినాడు. వాళ్ళ నాయనే కాళ్ళు కడిగి కన్యాదానం చేసినాడు'. అని ముగించింది హేమలత.

'సక్కుబాయి బావిలో పడిందన్నావు కదే రెట్టించి అడిగాను. మొహంలో సంతోషం తాండవ మాడుతుంటే.

'బాయిలో పడిందన్నాను కాని అది సచ్చిపోయిందని నేను చెప్పినానా? అంది కవ్విస్తూ.

'ఇంత కథా కథన దక్షివి ఎప్పుడైనావే అంటూ సంతోషంతో దాని చేతుల్ని పట్టుకొని ఊపేశాను . వెంటనే సక్కుబాయిని చూడాలన్న ఆత్రంతో 'అదిప్పుడెక్కడుంది' అని అడిగాను

'అంబరపేట అంగట్లో'

'అంబరపేట ఎక్కడ'

'చెన్నపట్నించెంత' అంది. అంతే ఒక్కసారిగా ఇద్దరం బాల్యంలోకి వెళ్ళిపోయాం.

'ఎంతెంతదూరం?'' 'దిబ్బంతదూరం'

'దిబ్బలో ఏంజిక్కా? –' చింతగింజ జిక్కా

'చింతగింజేంతజేస్తుంది'? 'సాలోనికిస్తి'

'సాలోడేమిచ్చా?' – 'పట్టుచీరిచ్చా'.

వెన్నెల రాత్రిలో ఒకరివెనక ఒకరు పావడాలు పట్టుకోని ఆటలాడుతున్న వైనం కళ్ళముందు నిలిచింది.

కథల కామరాజు

ఈ భూమ్మీద మా అడ్రసు లేని రోజుల్లో నమ్మినబంటు లాంటి జీతగాని గురించి మా అమ్మ చెప్తుంటే వాడిని చూడాలనీ, వాడిప్పుడు మా యింట్లో పని చేస్తుంటే ఎంత బాగుండేదని అన్పించేది మాకు.

వాడిపేరు కుప్పడు. తమిళనాడులోని తిరువణ్ణామలై నుంచి వచ్చి దాదాపు ఐదేండ్లు మా యింట్లో పనిచేసి ఉన్నట్టుండి సొంత ఇంటిమింద గుబులు మళ్ళి వెళ్ళి పోయినాడు. వెళ్ళేటప్పుడు పదేపదే మళ్ళీ రమ్మని చెప్పినా రాలేదని చెప్పేది మా అమ్మ.

కుప్పడు మళ్ళీ వస్తే బాగుణ్ణు అని మాకు అన్పించడానికి ఒక బలమైన కారణముంది. వాడు వేరుశెనక్కాయలు ఒలుస్తూ తమిళభాషలో చెప్పిన కథల్ని మాకు అర్థమయ్యేట్టుగా తెలుగులో చెప్పేది మా అమ్మ. ఆ కథల్లో రాజకుమారులు, రాజకుమార్తెలు, నక్కలు, తోడేళ్ళు శవాన్ని పూడ్చిన గుంతలో నుంచి ఆ శవం పాటరూపంలో ఆవేదనను వ్యక్తం చేయడం మొదలైన వాటితో కూడుకుని వినడానికి చాలా ఆసక్తిగా ఉండేది. పాటలు మాత్రం మా అమ్మ తమిళంలోనే పాడి విన్పించేది.

మా ఊరు తమిళనాడు బోర్డర్ లో ఉండడం వల్ల అక్కడి వాళ్లందరికి తెలుగు, తమిళం రెండూ భాషలూ వస్తాయి. ఇంట్లో పెద్ద వాళ్లందరూ తమిళంలోనే మాట్లాడుకొనేవాళ్ళు. ఎందుకలా చేసేవాళ్లో ఇప్పటికీ అంతుపట్టదు.

ఇంకో చిత్రమేమిటంటే మా ఊరిని, కూలీనాలీ చేసేవాళ్ళున్న ఊరిని వేరు చేస్తూ తారు రోడ్డుండేది. ఆంధ్రాలో ఉన్నా వాళ్ళు తమిళమే మాట్లాడే వాళ్ళు. కానీ పనిపాటలకు వచ్చినపుడు మా ఊరి పిల్లలతో మాట్లాడాల్సివస్తే వాళ్ళు తెలుగులో మాట్లాడే వాళ్ళు. పిలకాయిలమైన మేము వాళ్ళతో అరవంలోనే పలకరించే వాళ్లం.

వాళ్ళు తెలుగు మాట్లాడినా, పిల్లలం అరవంలో మాట్లాడినా చాలా కృత్రిమంగా అనిపించేది. అయినా అందులో మార్పు మాత్రం ఉండేది కాదు. ఒక రోజు నేను, మా అక్క స్కూలు నుంచి ఇంటికి వచ్చేసరికి పశువుల కొట్టంలో ఆవుల్ని కట్టేస్తూ ఒక కొత్త వ్యక్తి కనిపించాడు.

సాధారణంగా మా ఊరికి ములబాగల్, పుంగనూరు, నెల్లిపట్ల మొదలైన ఊర్ల నుంచి ఇంట్లో చెప్పాపెట్టకుండా అలిగి వచ్చేవాళ్ళ సంఖ్య ఎక్కువనే చెప్పాలి. అలా వచ్చిన వాళ్ళు రోడ్డులో చింత చెట్ల కింద ఉన్న బండ మీద కూర్చుని మా ఊరి వాళ్ళతో మాటలు కలిపి ఏమైనా పని ఇప్పించమని అడగడం, వాళ్ళు మా యిల్లు చూపడం, అలా వచ్చినవాళ్ళు మా యింట్లో పనికి కుదరడం మామూలే. కుప్పడు కూడా ఒకప్పుడు అలా వచ్చినవాడే.

ఇంట్లో అడుగుపెట్టగానే మా అమ్మ కుప్పా గ్లాసెడుకో కంజితన్ని కుడిపివి (కుప్పా గ్లాసు తీసుకో గంజి నీళ్ళు తాగుదువు.) అని కేకేసింది. సంబోధన వినగానే మా మొహల్లోకి ఒక్కసారిగా వెలుగు ప్రసరించింది. చిన్నపుడు మమ్మల్ని ఎత్తి దించిన వాడే అయినా ఊహ తెలిసిన తర్వాత చూడకపోవడం వల్ల మాకసలు తెలియదు. కానీ వచ్చినవాడు కుప్పడనగానే అందలమెక్కినంత సంబరమయింది. పోగొట్టుకున్న పెన్నిధి చేతికి దొరికినట్లయింది. ఏవో కష్టాల ఊబినుండి గట్టెక్కినంత రిలీఫ్.

'తిరవణ్ణామలై కుప్పడామ్మా అతను' అని అడిగింది మా అక్క. అవును అని, 'కుప్పా ఇంగువా' అని పిలిచింది మా అమ్మ. అతను రాగానే ఇవంగు యారో సొల్(వీళ్ళేవరో చెప్పు) అంది మమ్మల్ని ఉద్దేశించి. పెరిపాపా(పెద్దపాప), సిన్నిపాపా (చిన్నపాపా) అన్నాడు నవ్వుతూ.

కుప్పనితో కథలు చెప్పించుకోవాలని మా కోరిక. రాత్రి ఏడు గంటలకంతా భోజనాలు ముగించి వాకిట్లో చాపలు పరచుకొని కుప్పణ్ణి కథ చెప్పమని సతాయించినాము.

ఒక కథ మాత్రం చెప్పి నిద్రొస్తుందంటూ వెళ్ళి ఎద్దుల కొట్టంలో మట్టి అరుగుపైన ఉన్నతౌడు బస్తాను కిందపెట్టి అరుగు దులుపుకోని పడుకొన్నాడు.

కుప్పడు చెప్పే కథల్ని అర్థం చేసుకోవడానికి మాకు కొంతకాలం పట్టింది. చాలా స్పీడుగా కామా, ఫుల్స్టాప్ లేకుండా చెప్తాడు. ఆ కథ మధ్యలో వచ్చే పాటలు పాడేటపుడు ఒక్క పదం కూడా స్పష్టంగా వినిపించదు. అందుకే అతని కథ అర్థం కాని చోట మా అమ్మను అడిగి చెప్పించుకొనేవాళ్లం.

కుప్పని కథల్ని అర్థం చేసుకొన్న మా అమ్మకు సులభంగా ఒక పది డాక్టరేట్లు ఇవ్వవచ్చని ఇప్పుడు నాకనిపిస్తుంది.

ఆ కుప్పడు చెప్పిన కథల్లో మాకందరికీ బాగా నచ్చిన కథ నక్క కథ. ఆ కథ ఇది. ఒక ఊర్లో ఒక రైతుకు ఏడుమంది కొడుకులు, ఒక కూతురు ఉంటారు. ఒకరోజు ఏడు మందీ పొలంలో పని చేస్తుంటే వాళ్ళ చెల్లెలు వాళ్ళకు సంగటి తీసుకెళ్తుంది. పొలానికి వెళ్ళేదారిలో ఒక పెద్ద చెరువు. ఆ చెరువు నిండా నీళ్ళు. ఆ నీళ్ళలో దిగి వెళ్ళడానికి భయపడి కట్ట దగ్గరే ఏడుస్తూ నిలబడి ఉంటుంది. ఇంతలో అక్కడికి ఒక నక్క వచ్చి 'ఎందుకు సిరిపాపా! ఏడుస్తావుండావు. నీ కొచ్చిన కష్టమేమి? నష్టమేమి?' అని అడుగుతుంది. ఆ పాప ఏడుస్తూనే 'నా కష్టాన్ని నువ్వేం ఆర్చేదానివా? తీర్చేదానివా? నీకు నేను చెప్పను పో' అంటుంది 'తప్పకుండా ఆరుస్తాను – తీరుస్తాను చెప్పుపాపా' అని బలవంతం చేస్తుంది నక్క.

'ముద్దులకొలికినైన నాకు ఏడుగురు అన్నదమ్ములు. చెరువుకవతల చేనులో మడకలు కట్టి దున్నుతా ఉన్నారు. వాళ్ళకు సంగటి తెచ్చినాను. చెరువు నిండా నీళ్ళే ఎట్ల దాటాలో తెలియట్లేదు' అంటూ బొట బొటా కన్నీళ్ళు కార్చిందా పాప.

'ఓస్ ఇంతేకదా దీని కోసం ఇంతఏడవాలా? నీ కష్టాన్ని నేను తీరుస్తాను నాకేమిస్తావు?" అని అడుగుతుంది నక్క. 'నా ఏడుగురన్నదమ్ములు తినే సంగట్లో కొంచెం కొంచెం తుంచి మిగలబెట్టి నీకు తెచ్చిస్తా' నంటుంది ఆ పాప.

నక్క చెరువులోని నీళ్లంతా తాగేసి పాపకు దారి చూపిస్తుంది. చెప్పిన పాప మాట ప్రకారం సంగటి మిగలబెట్టి దాన్నొక పెద్ద ముద్ద చేసి కొంటె తనంతో వచ్చేదారిలో ఉండే పళ్ళేరు కాయల్ని కన్పించకుండా ఆసంగటి లోపల గుచ్చి నక్కకు తెచ్చిస్తుంది.

నక్క అపురూపంగా ఆ ముద్దను చేతిలోకి తీసుకొని గుట్టుక్కు గుటుక్కున మింగేస్తుంది. ఆ సంగటి లోపల ఉండే పల్లేరుకాయలు నక్క గొంతులో చిక్కుకోవడంతో నక్క నొప్పితో అల్లాడిపోతుంది. గొంతంతా గాయాలతో నిండి రక్తం కారుతుంటుంది.

తనకు ద్రోహం చేసిన ఆ పాపపైన నక్కకు కోపం ముంచుకొస్తుంది. తోకతో తపా తపా పాపను శరీరమంతా రక్తం కారేట్లు కొడ్తుంది. పాప గజగజవణికి పోతుంది.

ఈ గాయాలతో ఇంటికి వెళ్తే ఏం జరిగిందని అమ్మ నాన్న అడుగుతారు. వాళ్ళకు నిజం చెప్పానంటే నేను చేసిన దుర్మార్గానికి వాళ్ళు నన్ను చంపేస్తారు. ఏం చేయాలబ్బా అని దారి పొడవునా ఆలోచించింది, ఏమీ తోచలేదు.

ఇంటికెళ్ళిన పాప భయంతో అటకెక్కి కూచుంది. అప్పుడు వాళ్ళమ్మ ఇంట్లో లేదు. పప్పు రుబ్బుకొని రావడానికి పొరుగింటికి పోయింది. పొలానికి పోయిన పిల్ల ఇంకా రాలేదేమో? అనుకుందామె 'వాళ్ళన్నా వాళ్ళతో కలిసోస్తుంది కాబోలు అనుకుంది.'

కొడుకులు పొలం పని చేసి చేసి అలసి సొలసి వస్తారు. ఆ లోపల వడలు చేసి పెట్టాలని వాళ్ళమ్మ పొయ్యి ముట్టించి బాణలి పెట్టి నూనె పోసింది. నూనె కాగింది, గిన్నెలో నీళ్ళు, ఒక గుడ్డ తడుపుకుంది, ఇంకోగిన్నెను బోర్ల కేసి గుడ్డను నీళ్ళలో ముంచి బోర్లించిన గిన్నెపైన పరిచి పిండి తీసుకోని ఎగరేసి ముద్ద చేస్తుంటే నూనెలో సుయ్....సుయ్ మని ఏదో కారింది.

తనింకా వడలు తట్టి నూనెలో వెయ్యనే లేదు. అప్పుడే అది సుయ్ సుయ్ మంటోంది ఏమిటా! అని పైకి చూసింది ఏమీ కన్పించలేదు. నూనెలో మాత్రం బొట్లు బొట్లుగా ఏదో కారుతూనే ఉంది.

చేతిలో పనొదలి పెట్టి ఏమిటా? అని అటకెక్కి చూసింది. గుండె గుబేలు మంది. కూతురి మొహం నిండా రక్తపు చారలు, వాటి నుండి బొట్లు బొట్లు గా రక్తం కారుతోంది.

'ఏమిటే ఇది' అని కిందకి దించి మెల్లగా అడిగింది. వణికిపోతున్న పాప జరిగిదాన్ని చెప్పడానికి భయపడి 'సంగటి ఆలస్యంగా తీసుకు పొయినానని చింతబర్ర తీసుకొని చిన్నన్న తిప్పితిప్పి కొట్టాడమ్మా' అనింది.

తల్లి కడుపు కాలిపోయింది. ఇంతలో తండ్రి కూడా ఇంటికొచ్చాడు. కొడుకులు ఎప్పుడొస్తారా? అని కాచుక్కూచున్నారు.

చివరికి పొద్దు పోతుండగా కొడుకులు ఇల్లు చేరినారు. భుజాలమీదున్న మడకల్ని మదురు గోడకు ఆనించి గొడ్లకు నీళ్ళు తాపి కాలుమొగాలు కడుక్కోని ఇంట్లోకి అడుగుపెట్టినారు.

చెల్లెల్ని కేకేసి తాగడానికి నీళ్ళు తెమ్మన్నారు. చెల్లెలు సిరిపాప చెంబుల్లో నీళ్ళు తెచ్చి ఆరుగురు అన్నలకు ఇచ్చింది. ఏడోవాడి నీళ్ళని పక్కనే ఉన్న పూల చెట్లకు పోసి ఇంట్లోకి పరుగుతీసింది.

'నీళ్ళియ్యమంటే నాకివ్వవెందుకమ్మా' అని చెల్లెల్ని ముదిగారంగా ప్రశ్నిస్తున్న చిన్నకొడుకును వెదురు జాటి తీసుకొని ఈడ్చి ఈడ్చి కొట్టడం మొదలు పెట్టాడు తండ్రి.

తండ్రి తమ్ముని్న దెబ్బలతో ఎందుకు దండిస్తున్నాడో అన్నలకు అర్థంగాక అయోమయంలో పడిపోయారు.

సమాధానంగా తల్లి నోరు విప్పింది. 'ఏడుమంది కొడుకులు పుట్టినా కూతురు లేని లోటు ఎవరూ తీర్చలేరని ముప్పొద్దులా ఒక్క పొద్దుండి మీ చెల్లెల్ని కన్నాను. సంగటి ఆలస్యంగా తెచ్చిందని దాన్ని చావ గొడ్తాడా మీ తమ్ముడు' అంది.

ఈ మాట విని అవాక్కయి తెలివితెచ్చుకొని వాడి తప్పేమీ లేదని, చెల్లెలు చెప్పింది అబద్ధం అని అన్నలు నోరు విప్పే లోపే ఆఖరి వాడు తెలివి తప్పి పడిపోయాడు.

పడినవాడు పడినట్లే ఈ పాపపు భూమ్మీద ఉండరాదని ప్రాణాలు వదిలేశాడు. తల్లి ,తండ్రి రాత్రికి రాత్రే పొలం వెళ్ళేదారిలో గుంత తవ్వి కొడుకును తాపనచేశారు. ఆరుమంది కొడుకులు తమ్ముడి తప్పేమి లేదని, పైగా మా అందరికంటే వాడికే చెల్లెలి పైన ప్రేమ ఎక్కువని తల్లీతండ్రులను కూచో బెట్టుకొని చెప్పినారు. దానికి పాప తలలో ఉన్న పూలు వాడిపోయినా ఇంకా ఘుమ ఘుమ లాడుతున్న అడివి మల్లిపూలే సాక్ష్యమన్నారు.

'ఎంత ప్రేమ లేకపోతే వాడు మాకంటే ముందే పోయి అడవి మల్లిపూలు కోసి మాలకట్టి పాప కోసం ఉంచుతాడు ...' అన్నారు.

తల్లితండ్రీ ఆవేశంలో తప్పు చేసినందుకు ఎంతగానో కుమిలి పోయినారు. అయినా ముద్దుల కూతురు సిరిపాపను దండించలేదు. దానికి తొందరగా పెళ్ళి చేసి అత్తవారింటికి పంపేయాలనుకున్నారు.

ఉత్తరదేశం నుంచి ఎద్దుల యాపారాని కొచ్చిన రంగయ్య కొడుకు రామయ్య కిచ్చి పెళ్ళి చేయాలనుకున్నారు. చిన్నకొడుకు పెంచి పెద్దచేసిన ఎద్దుల్ని కట్నంగా ఇచ్చారు.

ఆకాశమంత పందిరి వేసి దానికి భూదేవంత అరుగు వేసి అట్టహాసంగా పెళ్ళి ఏర్పాట్లు చేశారు. ఆరుగురి అన్నలు అన్నీ దగ్గరుండి చూసుకున్నారు. గుడ్డాగుసురు, నగలూ నాణేలు కోరింది కోరినట్లుగా చెల్లెలికి తెచ్చిచ్చారు. కాని ఎంత ప్రయత్నం చేసినా పెళ్ళికూతురి తల్లోకి మూరెడు పూలుకాదుకదా! ఒక్కపువ్వూ సమకూర్చలేక పోయారు.

పూలు లేని పెండ్లీ ఒక పెండ్లేనా పూలు తెస్తే తప్ప పెళ్ళి జరగదని తల్లి తలపట్టుక్కూచుంది. ఆరుగురన్నలకు ఆరుదిక్కులకు వెళ్ళారు, తండ్రో దిక్కుకు వెళ్ళాడు. ఎంత దూరం నడిచినా, ఎన్ని సంతల్లో వెదికినా ఒక్కటంటే ఒక్కపువ్వు దొరకలేదు. అందరూ తిరిగొచ్చి పందిటి కింద చేరి విచారంతో ఉండగా పసులుగానే పిల్లోళ్ళొచ్చి భూమండలం మీదున్న రకరకాల పూలన్నీ ఉత్తరదిక్కులో చిన్నకొడుకును పూడ్చిపెట్టిన గుంత మింద విరగ బూసి ఉన్నాయని చెప్పారు.

వెంటనే పెద్దబుట్ట పట్టుకొని తండ్రి బయలుదేరాడు, ముచ్చటైన రంగులతో, ఒద్దికైన రూపాలతో సువాసనల్ని వెదజల్లే ఆ పూలను చూడగానే సిరిపాప అదృష్టమే అదృష్టం అని మురిసి పోయాడు.

బుట్ట పక్కన పెట్టి పై గుడ్డ పక్కంగా వొడి గట్టి పూలు కోయడానికి వంగాడు. వెంటనే పూలన్నీ మాయమై గుంత లోపలికి వెళ్ళిపోయాయి. దాన్ని కళ్ళారా చూసిన తండ్రి చిన్నకొడుకును పూలిమ్మని బతిమాలాడు. అప్పుడు గుంతలో నుంచి మధురమైన పాట ఒకటి విన్పించింది. ఆ పాట కుప్పడి మాటల్లో.

"వాలన్న అడిచాన్ను వరనాడు పోయిరక
చిన్నన్న అడిచాన్ను చొల్లుదు నట్టేరి
నట్టేరి పారమేల, ఉత్తమి కొండైకు ఉరందనెరికాంబువ్వ
పత్తిని కొండైకు పరందనెరింకాం బువ్వ
అందపావి చెండాలికి నానెప్పిడి కుడిప్పిం"

దీని భావం – 'నక్క చావగొట్టి దాని దారిలో అది పోతే చిన్నన్న కొట్టినాడని చెప్పిన ఆ పాపి తలకు ఉత్తమమైన గన్నేరు పూలను, చామంతి పూలను నేనిట్లా ఇచ్చేది చెప్పునాన్నా. ఆ ప్రశ్నకు బదులు చెప్పే మొహం లేక తండ్రి వెనుదిరిగాడు. ఆ తర్వాత వరుసగాఆరు మంది అన్నలు, తల్లి వెళ్ళి అడిగారు. వాళ్ళకూ అదే ప్రశ్న మిగిలింది.

చివరికి పెళ్ళికూతురే వెళ్ళి ప్రాధేయపడింది. నక్క కొట్టిందంటే నను కొడతారని నువ్వు కొట్టావని చెప్పి నీ చావుకు కారణమైన నాకు చావు తప్ప వేరే ప్రాయశ్చితం లేదని చెల్లెలు అన్నగుంత మీదున్న బండరాయికి తలగొట్టుకోబోయింది. అప్పుడు అన్న గుంతలోనించి పైకొచ్చి చెల్లెలి ప్రయత్నాన్ని ఆపాడు. బండ్లలో ఏడుగురన్నలు పూలతో నిండిన బండ్లను తోలుకుంటూ ఊర్లోకొచ్చారు. చెల్లెలికి అంగరంగ వైభవంగా పెళ్ళి చేసి పంపారు.

కథను కుప్పడు చెప్పాలి. మనం వినాలి అనేది అమ్మ. కానీ మాకు మాత్రం కుప్పడు చెప్పే కథల్ని అమ్మ నోటి ద్వారా వింటేనే అర్థమయ్యేది. ఒక్కోకథను అమ్మతో ఒకసారి చెప్పించుకొని మళ్ళీ కుప్పణ్ణి చెప్పమని సతాయించేవాళ్లం. రెండోసారి కుప్పడు చెప్పే ఆ కథలు విన సొంపుగా ఉండేవి.

కుప్పడు మా ఇంటి నుంచి మళ్ళీ ఎప్పుడు తిరువణ్ణామలైకు ఉరికెత్తుతాడో అని భయం భయంగా ఉండేది. కాని వాడు మాత్రం ఎక్కడికీ పోననే చెప్పేవాడు. అయినా అమ్మకు వాడిపైన అపనమ్మకమేమో! మా ఊర్లోనే ఉన్న మందడి ఎల్లన్న కూతురు మాణిక్యాన్నిచ్చి మా అమ్మే దగ్గరుండి పెళ్ళి జరిపించిది.

సమాజంలో వచ్చిన మార్పులు పల్లెటూళ్ళపై ప్రభావాన్ని చూపాయి . నగరాలు విపరీతంగా విస్తరించాయి. బ్యాంకులు రుణాలివ్వడంతో ప్రతి ఒక్కరికి సొంత ఇల్లు కట్టుకోవాలనే కాంక్ష పెరిగింది. ఇంటి పనికి పోతే కూలి డబ్బులు ఎక్కువ రావడమే గాక ఇసుక, ఇటుకలు తోలేటపుడు ట్రిప్పుట్రిప్పుకు కాఫీలు, టీలు ఇప్పించే వారు. ఆ కారణంగా సేద్యం పనులకు వచ్చే కూలీల సంఖ్య పడిపోయింది. ఎవరి పొలాల్లో వాళ్ళు అంటే సొంత మనుషులే పనిచేసి పండించుకోవలసిన పరిస్థితి ఏర్పడింది.

మా యింట్లో వాళ్ళకు పొలంలో పనిచేసే అలవాటు లేకపోవడం వల్ల మా పొలాలన్నీ కుప్పడు గుత్తకు తీసుకున్నాడు. భార్యా, భర్త ఇద్దరూ పనిచేసే వాళ్ళు. పండింది వాళ్ళు దయదలచి ఎంత ఇస్తే అంత మేము తీసుకోనేవాళ్లం. దాంతో కుప్పడు మమ్మల్ని మించి పోయాడు. మంచి ఇల్లు కట్టుకున్నాడు. కొడుకును కాన్వెంట్లో చేర్చాడు. పెళ్లాం మంచి మంచి చీరలు కట్టుకొనేది.

మా స్థితి నానాటికీ దిగజారిపోయింది. ఒకప్పటి మోతుబరి రైతులందరూ పూట గడవని స్థితికి చేరుకున్నారు. వర్షాలు లేక వ్యవసాయం కుంటుబడినా వాళ్ళు కూలికి పోయి సంపాదించుకోగలరు. ఆ కారణంగా కుప్పడు బాగానే డబ్బు వెనకేసుకున్నాడు. కాని మేము మాత్రం మా తాతలు నేతులు తాగారు మా మూతులు వాసన చూడండని ఎచ్చులకు పోయి ఎనకేసిందంతా కరిగించుకొని చివరకి ఉన్న పొలాల్ని కూడా నాలుగు దుడ్లకు ధారబోసుకున్నాము.

మా పొలాల్ని కుప్పడే కొనుక్కున్నాడు. డబ్బు బాగా ఖర్చుపెట్టి బోరువేశాడు. నీళ్ళు బాగా పడినాయి. దాంతో భార్య భర్త ఇద్దరూ ఒళ్ళొంచి పనిచేసి డబ్బు సంపాదిస్తుంటే పట్నంలో చదువు పేరుతో కొడుకు జల్సా చేస్తూ వచ్చాడు.

కుప్పడు అడపాదడపా మాఇంటి కొచ్చేవాడు. ఒకప్పుడు ఎద్దుల కొట్టంలో కూచుని పోసిన సద్దిని దోసిళ్ళతో తాగే కుప్పడు, ఇప్పుడు స్టీలు గ్లాసులో ఇచ్చే కాఫీని ఇంట్లో కూచొని తాగుతున్నాడు. కుర్చీమీద కూర్చోమని మేమంతా బలవంతం చేస్తాము. కానీ కూర్చోడు.

మా అక్క పెళ్ళికి ముప్పై వేలు తక్కువ బడితే మానాన్న అడగలేక అడగలేక కుప్పణ్ణి అడిగాడు. లేదనకుండా ఇచ్చాడు. కానీ ఐదారేండ్లయినా ముప్పైవేల అప్పు అప్పుగానే ఉండిపోయింది. వడ్డీ మాత్రం ఏవో తిప్పలు పడి కట్టేస్తున్నాము.

కుప్పడి కొడుకు పట్నంలో ఉద్యోగంలో చేరాడు. అక్కడ ఇంటిపని మొదలు పెట్టాడని అడగలేక అడగలేక డబ్బు అవసరమొచ్చిందని అడిగాడు కుప్పడు.

కట్టేసి కొట్టినా నాన్న దగ్గర చిల్లిగవ్వలేదని మా అందరికి తెలుసు. కూర్చోని తినే మాకు ఎంత ఆస్తి అయితే మాత్రం ఎన్నాళ్లుంటుంది. దాంతో కుప్పడు అడిగిన ప్రతిసారీ మా నాన్న వాయిదాలు వేస్తూనే వచ్చాడు. కుప్పడు గట్టిగా అడగలేక గుక్కిళ్ళు మింగుతున్నాడని మా అందరికీ తెలుసు.

కుప్పడికి కొడుకుకు మధ్య ఏం రాద్ధాంతం జరిగిందో తెలియదు కాని ఒకసారి కొడుకు వచ్చి నాలుగురోజులు గడువిచ్చి ఆ లోపల ఇవ్వకుంటే మర్యాద దక్కదని హెచ్చరించి పోయాడు. ఆ రోజు రాత్రి మాఇంటి పొయిలో పిల్లి లేవలేదు.

ఐదు రోజుల తర్వాత మళ్ళీ వచ్చాడు కుప్పని కొడుకు. వాడు మోటర్బైక్ దిగలేదు, కళ్ళకున్న కూలింగ్ గ్లాసులు తీయలేదు. వయసుకు కూడా గౌరవమివ్వకుండా మా నాన్నను నానా మాటలన్నాడు. చుట్టుపక్కల వాళ్లంతా వింతను చూసినట్టు చూసారు.

ఆవేశం తట్టుకోలేని మా అన్న 'పోవాయ్ పెద్ద బోడిడబ్బు నువ్వే చూశావ్ కాని వారం రోజుల్లో అణాపైసలతో సహా విసిరి పారేస్తాము' అన్నాడు. వాడు విసురుగా వెళ్ళిపోయాడు.

'అనవసరంగా నోరు పారేసుకున్నావని' మా అమ్మనాన్న మా అన్నను తిట్టారు. 'వాడు మర్యాద లేకుండా అందరి ముందు అలా మాట్లాడొచ్చా' అని అన్న ఉక్రోషం

'ఒకప్పుడు కుప్పడు మనింట్లో జీతగాడు కాబట్టి ఉంటే వాడికింతో అంతో దయాదాక్షిణ్యాలు, గౌరవాభిమానాలుంటాయి. వాడికెందుకుంటాయి' అని సర్ది చెప్పినాడు నాన్న.

మర్నాడే నాన్న ఇల్లు అమ్మకానికి పెట్టాడు. ఈ లోపల కుప్పని కొడుకు మర్యాద లేకుండా తిట్టి కొట్టడానికి వచ్చాడని అన్నపైన ఎస్సీ కమీషన్కు ఫిర్యాదు చేశాడు. దాంతో మా ఇంటి పరిస్థితి పుండు మీద కారం చల్లినట్లయింది. ఆదిగులుతో అమ్మనాన్న మంచం పట్టారు.

కొడుకు తన యజమాని ఇంటిని అల్లకల్లోలం చేశాడన్న దిగులతో కుప్పడు కూడా మంచం పట్టాడని తెలిసింది.

కుప్పడు కేసు వాపసు తీసుకోమని ఎంతగానో బతిమాలాడట. అయినా వాడు వినలేదు. చివరికి ఎమ్మెల్యేలు కల్పించుకొని ఇద్దర్నీ కలిపి కాంప్రమైజ్ అయ్యేటట్లు చేశారు.

ఆ లోపలే ఒకరోజు కంబడి కప్పుకొని భార్య చెయ్యి పట్టుకొని కుప్పడు మానాన్నను చూడ్డానికి వచ్చాడు. నాన్నకా విషయం చెప్పకుండానే అన్న వాళ్ళను తరిమేశాడు.

మళ్ళీ ఒకరోజు మాణిక్యం మా ఇంటికొచ్చింది. కుప్పనికి కాన్సరని చెప్పారని, తిండి నీళ్ళు మానేశాడని, అమ్మనాన్నల పేర్లు కలవరిస్తూంటాడని చెప్పింది. అయినా వెళ్ళి చూడ్డానికి యజమానన్న అహం అడ్డొచ్చింది కాబోలు! ఎవరూ వెళ్ళలేదు.

చివరికి కుప్పడు కన్నుమూశాడు . ఆ విషయం తెలిసి అమ్మ చూడ్డానికి వెళ్లింది. మాణిక్యం అమ్మ కాళ్ళను చుట్టేసుకోని ఏడ్చిందట. నాన్నపైన దిగులుతోనే కుప్పడు మంచం పట్టాడనీ,

చచ్చేటప్పుడు కూడా అప్పా(నాయనా) అని కలవరించాడని ఏడ్చింది. అమ్మ వెంటనే ఇంటికొచ్చి నాన్నకా విషయం చెప్పి కళ్ళ నీళ్ళు పెట్టుకుంది. చూసి రమ్మని బతిమాలింది.

నాన్న పరిస్థితి కూడా అంతంత మాత్రంగానే ఉంది. అన్నను బస్తీకి పంపి పూలహారం తెప్పించాడు. నడవలేని నాన్న ఒంటెద్దు బండి కట్టించుకొని వెళ్ళాడు. నాన్నను చూసి అక్కడున్న వాళ్లందరు గొల్లుమని ఏడ్చారు. నాన్న పూలమాలను స్వయంగా తన చేతులతో కుప్పనికి అలంకరించాడు. దినాలు రోజు చివరిసారి వేసే పసుపు కుంకుమ పూలు మాణిక్యానికి మా అమ్మే తీసుకెళ్లింది.

మూడు నెలలు గడిచింది. టౌన్లో కొడుకింట్లో ఉండి చిక్కి శల్యమైన మాణిక్యం అక్కడ ఉండలేక మళ్ళీ మా యిల్లు చేరుకుంది. పని లేకపోయినా, పనిమనిషి అవసరం లేకపోయినా మా కడుపులు నిండడమే సమస్యగా ఉన్నా మాణిక్యం మా యింట్లోనే ఉండి పోతాననడం మా అందరి కడుపులో కుండెడంబలి పోసినట్లయింది. కుప్పడి ఆత్మ కూడా శాంతించి ఉంటుందనిపించింది.

ఆంధ్రజ్యోతి, నవ్య వారపత్రిక 25-06-2008, పుట 23

KASTURI VIJAYAM

00-91 95150 54998

KASTURIVIJAYAM@GMAIL.COM

SUPPORTS

- PUBLISH YOUR BOOK AS YOUR OWN PUBLISHER.

- PAPERBACK & E-BOOK SELF-PUBLISHING

- SUPPORT PRINT ON-DEMAND.

- YOUR PRINTED BOOKS AVAILABLE AROUND THE WORLD.

- EASY TO MANAGE YOUR BOOK'S LOGISTICS AND TRACK YOUR REPORTING.